கிரேஸி கிரியேஷன்ஸின்

மீசை ஆனாலும் மனைவி

கிரேஸி

மோகன்

அறிவே விளக்கு

அல்லயன்ஸ்

அல்லயன்ஸ்

[125 - வது ஆண்டைக் கொண்டாடும் முதல் தமிழ்ப் புத்தக நிறுவனம்]

மீசை ஆனாலும் மனைவி

Meesai Aanalum Manaivi

உரிமைப் பதிவு

முதற் பதிப்பு : 2025

அட்டை ஓவியம்: கேஷவ்

ISBN	:	978-93-6358-166-1
Total No. of Pages	:	212 Pages
Laser Typeset	:	Rani Graphics, Chennai - 04
Printing	:	Repro Books Ltd., India

THE ALLIANCE COMPANY

Publishers & Booksellers

Old No. 244, New No. 64, Ramakrishna Mutt Road, Mylapore, Chennai - 600 004.
Tel.: 044 - 2464 1314 | Mob.: 928 928 1314
www. alliancebook.com • email: books@alliancebook.com

சமர்ப்பணம்

திரு. K. வெங்கடேஷ்

எங்களுக்கெல்லாம் செல்லமாக **Venki**. 1991-ல் திரு.சீனு மோகன் நாடகத்திலிருந்து சிறிது ஓய்வு எடுத்திருந்த நேரம். மாது - சீனு இல்லாத புதுவிதமான கதைக்களத்தை **Crazy** மோகன் யோசித்த சமயம் அமைந்த கதைதான், 'மீசை ஆனாலும் மனைவி'. அதில் பெண் வேடமிட்டு மிகச் சிறப்பான நடிப்பை வெளியிட்டு இருந்தார் வெங்கி. உன்னை யார் கிண்டல் செய்தாலும் நான் எழுதுவதையே நிறுத்திவிடுகிறேன் என்று வெங்கியிடம் சொல்லிய மோகனின் அபார எழுத்தாற்றலா? மேக்கப்பிற்காக தோடு, கொலுசு என்று ஒவ்வொன்றையும் பார்த்துப் பார்த்து மெனக்கெட்டு செய்த வெங்கியின் நேர்மையான உழைப்பா? ஒன்றோடு ஒன்று போட்டி போட்டு நாடகத்தை ஹிட் ஆக்கியது. இன்று வரை 9 குஷ்மா தேவிகள் மாறி இருந்தாலும் முதல் குஷ்மா தேவியான வெங்கிக்கு இன்றும் ரசிகர்கள் ஏராளம்.

'Crazy' Thoughts

ஒரு கலைஞன் இல்லாதபோதும் பெருமை தொடரலாம். ஆனால் அப்பெருமை அக்கலைஞன் இருந்தபோது உருவாக்கியது.

அவர் இப்போது இல்லை என்பது என் மனதிற்குள் பதிவாகவில்லை. 'கிரேசிக்கு ஒரு போன் போடலாமே' என்று ஒரு வினாடி சிந்தனை தோன்றி மறைவதும் உண்டு.

என் மனதிலும், என் தொடர்பு எண் பட்டியலிலும் அழியாத, அழிக்க முடியாத சில பெயர்கள் இருக்கின்றன. KB சார், நாகேஷ் சார், அனந்து சார், சந்திரஹாசன்... இப்போ மோகன். இது நட்பையும் தாண்டியது. அவரை மோகனஹாசன் என்றே சொல்லலாம்.

Crazy மோகன் is a simple man. 'இது நான் சொன்னது, இது நான் எழுதினது, இது என்னோடது' என்று அவருக்கு எந்த எண்ணமும் கிடையாது. தான் சிந்தித்தவற்றை, பக்கத்தில்

இருப்பவர்களுக்குக் கொடுப்பதில் அவருக்கு ஒருபோதும் எந்தத் தயக்கமும் இருந்ததே இல்லை. பேனாவைத் திறந்தால் எழுத்து வரும்.

வரும் என்கிற நம்பிக்கை இருப்பவர்களுக்கு மட்டும்தான் அந்தத் துணிச்சல் வரும். அவரிடம் நகைச்சுவை மட்டும்தான் இருந்ததே தவிர, போட்டி, பொறாமை, வீண் வம்பு என்று எதையும் நான் பார்த்தது இல்லை.

அவருடைய craziness ஒரு ஒட்டுவாரொட்டி. எனக்கும் அந்த வியாதி உண்டு. அதை நான் சந்தோஷமாகப் பயன்படுத்திக்கொண்டு இருக்கிறேன்.

மோகன் மாதிரி tangential-ஆக humour யோசிக்கிற ஆள் ‘யாம் அறிந்த இந்தியாவிலே எங்கும் காணோம்.’ இதை பாரதி சொன்ன அதே திமிருடனேயே நானும் சொல்கிறேன்.

நாகேஷ், மௌலி, நான், மோகன் எல்லாம் ஒரு lineage. I definitely think a connecting wire runs between us. என் கதையில், அவர் கதை கொஞ்சம் கலக்காமல் இருக்காது. மோகன் கதையில் மௌலி சார் கதை கலக்காமல் இருக்காது.

இந்தியாவின் பெரிய காமெடி writer Mohan. ஆனால் உள்ளுக் குள் சீரியஸான ஆள். அவரது சீரியஸ் முகத்தை அவர் வெளியே கொண்டுவரவே இல்லை என்கிற என் வருத்தத்துக்கு பதில்தான் அவரோட ‘ரமணாயணம்’.

பொதுவாக சுடுகாடு என்பது முடிவைக் குறிக்கும். ஆனால் St. Mary's இடுகாட்டில் ஆரம்பித்த எங்கள் நட்பு, இன்றும் என்றும் Mohan அவர்களின் நகைச்சுவையைப் போல காலத்தால் அழியாதிருக்கும்.

கமல்ஹாசன்
22.08.2024

வாழ்த்துரை

திரு. கிரேஸி மோகன் அவர்களின் எழுத்தாற்றல் தனி பிரசித்தி உடையது. அவரை சுமார் 33 வருடத்திற்கு முன்பாக எனது நண்பர் திரு இராமநாதன் (பழம்பெரும் கர்நாடக சங்கீத வித்வான் திரு. ராம்நாத் அவர்களின் மகன்) அவர்களால் அறிமுகப்படுத்தப் பட்டேன். திரு. மோகன் அவர்களின் எழுத்தாற்றல், வசனம் என்றும் ஒரு unbelievable humour with profound message. மேலும் அவரது பாணியில் வம்புகளுக்குக் கண்டிப்பாக இடமில்லை. இது யார் மனதையும் புண்படுத்தாத humour. சிறிய குழந்தைகள் முதல் வயதானவர்கள் வரை ஈர்க்கும் இவரது பாணி. திரு. கிரேஸி மோகன் had a very great value system with which he lived, has made him a distinct human being.

Very happy to note that his able brother Mr. Madhu Balaji along with Crazy Creations team are carrying the legacy of Mr. Mohan with young fresh talents, thus keeping his humour and dialogues alive for next generation. This book containing Mohan's work is a great tribute for his contribution.

ரவி அப்பாசாமி

இந்த நாடகம்

*1991-92*ல் இந்த நாடகம் அரங்கேற்றப்பட்டது. எங்களோட most most most பாப்புலர் நாடகம். எனக்குத் தனிப்பட்ட முறையில் மிகவும் பிடித்த நாடகம். ஏன்னா, இந்த நாடகம் மோகனுடைய சிறந்த Screen Playன்னு சொல்லுவேன். ஒரு பத்து நாள் மோகன், காந்தன், நான் மூவரும் 'பீச்'சுல போய் உட்கார்ந்தோம். இந்த titleலையும், கதையையும் மோகன் சொன்னான். அதுக்கப்புறம் ஒரு பத்து நாள் தினமும் நாங்கள் மூவரும் பீச்சுல உட்கார்ந்து discuss பண்ணோம். அதுக்கப்புறம் he came out with screen play. Morally differentஆ வேற screen playயை கொடுத்தான். இந்த பத்து நாள் பேசினது தவிர, வேற பல மடங்கு விஷயங்கள் அதுல வந்தது. அதுதான் highlightஆ போச்சு, Actualலா கதை என்னன்னா, இந்த மாது ரொம்ப பொய் சொல்ற கேரக்டர். கண்டதுக்கெல்லாம் பொய் சொல்லுவான். அவனுடைய மனைவி ஜானகியுடன் வாழ்ந்து கொண்டிருப்பான்.

அப்போ என்ன ஆகும்...! மாது கல்யாணம் ஆகறதுக்கு முன்னாடி ஏற்கனவே கல்கத்தாவில் உத்தியோகத்தில் இருந்தவன். அப்போ, அங்கே மைதிலின்னு ஒரு பொண்ணு இருந்திருப்பா... அந்த மைதிலிதான் மாதுவுக்கு வேலை வாங்கிக் கொடுப்பாள்.

நல்ல இடத்துல தங்கறதுக்கு வாடகைக்கு வீடு பார்த்துத் தருவாள். அதனால ரெண்டு பேரும் நெருக்கமா பழகியிருப்பாங்க. மைதிலி, மாதுவை காதலிப்பாள். ஆனா மாது, அவளுடைய காதலை ஏற்றுக் கொள்ள மாட்டான். ஏன்னா, அவளுக்குக் கொஞ்சம் 'ஹிஸ்டீரியா' மாதிரி உண்டு. சிலசமயம் வெறி பிடிச்சா மாதிரியெல்லாம் நடந்து கொள்வாள். மாது ஒரு காரியவாதி. தனக்கு வேலையும் வீடும் கிடைக்கற வரைக்கும் அவளோட பழகிட்டு, காரியம் ஆனவுடன் நைஸா அவளை விட்டு விடுவான். பழகறதுன்னா தப்பா கிடையாது. நல்ல விதமா பழகிட்டு, சென்னைக்கு மாற்றலாகி வந்துடுவான். இங்க வந்து ஜானகியை கல்யாணம் பண்ணிண்டுடுவான். அஞ்சு வருஷம் ஓடிப் போயிடும். அதுக்கப்புறம், மாது வேலை செய்யற அதே ஆபீஸுக்கு மைதிலி 'ஆடிட்டரா' வருவாள். இதை மாது எதிர்பார்த்திருக்கவே மாட்டான். ஆபீஸ்ல, மைதிலியை சந்திக்க அவசியம் ஏற்படும். அப்போ அவளைப் பார்த்தவுடன், 'மாது எப்படி இருக்கீங்க?' என்று கேட்டவுடன் மாது, 'நான் ஒரு பொண்ணை கல்யாணம் பண்ணிண்டு இருக்கேன். அவளுக்கு உடம்பு சரியில்லை. வியாதி....' அது இதுன்னு பொய் சொல்லுவான். மைதிலி ரொம்ப வருத்தப்படுவாள். ஆனா, இவன் எந்த நோக்கத்துல இப்படி சொல்வான்னா, இதைக் கேட்டால் எப்படியும் அவோ திரும்பியும் போயிடுவான்னு நினைப்பான். ஆனால் அவளோ, 'உன் மனைவி எப்படியும் செத்துப் போயிடுவா. அதுக்கப்புறம் நான் உன்னைக் கல்யாணம் பண்ணிக்க தயாரா இருக்கேன்' என்று சொல்லிட்டு, 'உன் மனைவியை பார்க்கிறதுக்கு நான் உன் வீட்டுக்கு வரேன்'ன்னு சொல்லிட்டு வந்து விடுவாள். மாதுவுக்கு என்ன பண்றதுன்னே தெரியாது.

தன்னுடைய நெருங்கிய நண்பன் சீனுவிடம் இதைச் சொல்லுவான். அவன், 'நீ கவலைப்படாதே! என்னுடைய ஃபிரண்டு குஷ்மா தேவியை உன் வீட்டுக்கு வந்து மனைவியாக நடிக்கச் சொல்றேன்' என்று சொல்லுவான். அவளுக்கு அன்றைய தினம் வேறு வேலை இருக்கும். அதனால் வரமுடியாது என்று சொல்லி விடுவாள். வேற வழியில்லாமல் சீனுவே குஷ்மா தேவி போல வேடமணிந்து வீட்டுக்கு வந்து விடுவான். மாதுவுக்கு மச்சினன், ஜானகியோட அண்ணன் ஒருத்தன் இருப்பான். அவனுக்கு 45 வயது ஆகியிருக்கும். கல்யாணம் ஆகியிருக்காது. அவன் இந்த குஷ்மா தேவியை பார்த்துட்டு, காட்டுத்தனமா அவளை காதலிக்க ஆரம்பிச் சிடுவான்.

இந்த மாதிரி கட்டத்தில் கடைசியில 'க்ளைமாக்ஸ்'ல எல்லாம் தெரியவரும். இந்த மாதிரி மாது பொய் சொல்லியிருக்கான்;

நண்பனையே பெண் வேஷம் போட வெச்சிருக்கான்னு. இது எப்படி தெரிய வரும்னா, ஒரு கட்டத்துல, மைதிலியோட சகோதரன் ராணுவத்துல இருப்பான். மாது தன்னுடைய மனைவி ஜானகியை 'ஸிஸ்டர்' என்று சொல்லியிருப்பான். அவளைத் தான் கல்யாணம் பண்ணிக்கறேன்னு, ஒரு பெரிய குண்டை தூக்கிப் போடுவான். மாது இதைக் கேட்டு அதிர்ச்சி அடைந்து விடுவான். இப்போ வேற வழியே இல்லை; விஷயத்தை சொல்லியாக வேண்டும் என்று ஏற்பட்டு, ஒண்ணு ஒண்ணா எல்லா விஷயங்களும் தெரியவரும். கடைசியாக, மாது பொய் சொல்லியிருக்கான்னு தெரியவரும். பிறகு, மாதுவோட மச்சினன் ராமானுஜத்துக்கு, மைதிலியை கல் யாணம் செய்து வைப்பார்கள். ஜானகி Pregnantடா இருப்பாள். 'உனக்குக் குழந்தை பொறக்கப் போகிறது' என்று டாக்டர் வந்து சொல்லுவார். அத்துடன் சுபமாக நாடகம் முடிவடையும்.

இது ஒரு முழுநீள நகைச்சுவை நாடகம். இந்த நாடகத்துல சீனு, குஷ்மா தேவின்னு பொம்பளை வேஷம் போட்டுண்டு வருவது, கிட்டத்தட்ட ஐந்து, ஆறு பேர் பண்ணியிருக்காங்க. எல்லாருமே பிரமாதமா பண்ணியிருக்காங்க. குஷ்மா தேவி வேஷத்தை போட்ட எல்லோரும் வாழ்க்கையிலே உயர்ந்து இருக்காங்க. இந்த நாடகம் இந்தியாவில் மட்டுமல்ல; அமெரிக்கா, லண்டன், ஹாங்காங் என்று உலகம் முழுக்க மேடையேற்றப்பட்டுள்ளது. எங்கள் குழுவின் 'டிரம்ப் கார்டு' என்று கூட சொல்லலாம். எங்கே போட்டாலும் நல்ல வரவேற்பு கிடைக்கும்.

என்னைக் கேட்டால் 'கிரேஸி கிரியேஷன்ஸ்'ல மோகன் எழுதிய சிறந்த நாடகம் என்று சொல்வேன். இதுல அப்பா ரமேஷ் ராமானுஜம் கேரக்டர்ல வருவான். மிகப் பிரமாதமாக பண்ணுவான். இந்த நாடகத்துக்காக அப்படி ஒரு 'ஹோம் ஒர்க்' பண்ணியிருக்கான். குஷ்மா தேவி கேரக்டரை பல பேர் செய்திருந்தாலும், அவளை காதலிக்கிற ராமானுஜம் கேரக்டரில் அப்பா ரமேஷ் ஒருவன் தான் நடித்திருக்கிறான். இதை சுமார் 900 தடவை போட்டிருக்கி றோம். எல்லாவற்றிலும் அவன்தான் ராமானுஜம் வேஷத்தில் நடித்திருப்பான். மறக்க முடியாத நாடகம். எங்கள் எல்லோருக்கும் மிகவும் பிடித்த நாடகம்... 35 வருடங்களானாலும் இன்றும் அந்த நாடகத்தைப் போட்டுக் கொண்டிருக்கிறோம்.

மாது பாலாஜி

அல்லயன்ஸ்ஸுடன் அல்லயன்ஸ்...

125 வருஷங்களாக இருக்கும் அல்லயன்ஸ் கம்பெனியுடன் எங்களுக்கு ரொம்ப வருஷங்களாகத் தொடர்பு உண்டு. எங்க அப்பா மைலாப்பூர் பிராஞ்ச் இந்தியன் பாங்க்ல அக்கௌண்ட்டண்ட்டா இருந்த காலத்துலேந்தே தொடர்பு உண்டு. அங்கிருந்து நிறைய புஸ்தகங்களை வாங்கி படிச்சிருக்கார்... விரும்பி கேட்டு வாங்கிப் படிப்பார். ஸ்ரீநிவாஸனுடைய அப்பாகிட்டயும், ஸ்ரீநிவாஸன்கிட்டயும் கேட்டு வாங்கிப்பார். ஏன்னா, எங்க அப்பாவுக்கு படிக்கற ஆர்வம் ரொம்ப உண்டு. எங்க அப்பா மாதிரியே மோகனுக்கும் படிக்கற ஆர்வம் இருந்து, அவனும் அல்லயன்ஸ் கம்பெனிலேந்து நிறைய வாங்கி படிப்பான்.

மோகன் எழுத ஆரம்பித்து, ஒரு கட்டத்துல, மைலாப்பூர்ல ஸ்ரீநிவாஸனை சந்திக்கறச்சே எல்லாம், 'சீனு...! நான் உங்க ஆபீஸுக்கு வரேன்... வரேன்...! எங்க டிராமாவ எல்லாம் புஸ்தகமாப் போடணும்' என்று சொல்லிக் கொண்டே இருப்பான். ஸ்ரீநிவாஸன் சாரும் 'வாங்க சார்... வாங்க சார்...'ன்னு சொல்லிக் கொண்டே இருப்பார். சோ சாரும் மோகன் கிட்ட, 'உன் புஸ்தகங்களை யெல்லாம் அல்லயன்ஸ் மூலமா கொண்டு வா. பாதுகாப்பா இருக்கும். நாளைக்கு வருங்கால சந்ததியினருக்கு மிகவும் usefulஆ இருக்கும்' என்று ஒரு தடவை சொன்னார்.

இந்த முயற்சி ரொம்ப நாளா நடந்துண்டே இருந்தது. எல்லாத்துக்கும் மேல மோகன் தன்னுடைய 'டைரி'யில எழுதி வெச்சிருந்தான். அதை நான் மோகன் இறந்து போனதுக்கப்புறம்தான் பார்த்தேன். 'என்னுடைய எழுத்துக்கள் அனைத்தும், நாடகங்கள் மட்டுமல்ல, அனைத்து எழுத்துக்களும் அல்லயன்ஸ் கம்பெனி மூலம்தான் வெளிவரவேண்டும்' என்று எழுதியிருந்தான். ஆனால், முன்னாடி நாங்கள் ஓரிரு புத்தகங்களை வேறு சில பதிப்பகங்களுக்குக் கொடுத்திருந்தோம். அதையெல்லாம் கூட, அவர்களிடம் அனுமதி பெற்று, அல்லயன்ஸ் கிட்ட கொடுத்திருக்கேன். என்ன காரணம்னா, என்னுடைய future generation பேரன்... கொள்ளு பேரன்.... இவங்களெல்லாம் மைலாப்பூர்லதான் naturalஆ வாழப் போறாங்க. இல்லை... வேற எங்கயாவது இருந்தாக்கூட, இந்தப் பக்கம் வந்தால், அவங்களுக்கு தாத்தாவோட contributions வேணும்னா அவர்கள்

அல்லயன்ஸுக்குப் போய் வாங்கிக் கொள்ளலாம். ஒரே இடத்துல எல்லாம் இருந்துதுன்னா சௌகரியமா இருக்கும். அதனாலதான் நான் உடனடியாக ஸ்ரீநிவாஸனிடம் தொடர்பு கொண்டு, வேலையைத் துவக்கினோம்.

ஸ்ரீநிவாஸனுடைய மகன் பிரஷாந்த்தான் என்னுடன் co-ordinate பண்ணினார். Excellent person. அதாவது கண்டிப்பா அல்லயன்ஸ் ஒரு 70...80... வருஷங்களுக்கு Solidஆ இருக்கப் போறதுங்கறதுக்கு உதாரணம் பிரஷாந்த். ஒவ்வொரு விஷயத்தையும் கேட்டுக் கேட்டு, அவ்வளவு நன்றாக வேலை செய்கிறான். இது எனக்கு மிகவும் சந்தோஷம். ஏன்னா.. வேலை ரொம்ப speedஆக நடக்கிறது. மோகனுடைய எழுத்துக்கள் அனைத்தும் புஸ்தக வடிவில், அல்லயன்ஸ் மூலம் வெளிவரும்.

சோ அவர்கள் சொன்ன 'ஜோக்' ஒண்ணுதான் ஞாபகத்துக்கு வருது. 'ஜெனரல்லா அல்லயன்ஸ்னாக்கா ஒரு எலக்ஷன் வரைக்கும் கூட தாங்காது. நூறு ஆண்டுகள் தாங்கின அல்லயன்ஸ் இந்தியாவிலேயே இது ஒண்ணுதான் இருக்கும்.' சோ சொன்னதையேதான் நானும் சொல்றேன். எங்கள் கிரேஸி மோகன், கிரேஸி கிரியேஷன்ஸ் கூட வந்த அல்லயன்ஸ் காலம் முழுவதும் நீடிக்கும் என்று உறுதியாக சொல்கிறேன்.

மாது பாலாஜி

இயக்குனரின் பார்வை

கல் ஆனாலும் கணவன்...

புல் ஆனாலும் புருஷன்...

இப்படி கிரேஸி மோகனுக்கு கிடைத்த டைட்டில்தான் மீசை ஆனாலும் மனைவி...

பெரும் மீசை வைத்த சீனு... மாதுவின் மனைவியாகப் பெண் வேடமேற்று வர வேண்டிய சூழல்....இதைவிட பொருத்தமான டைட்டில் கிடைக்குமா!!!

ஒவ்வொரு நாடகத்திலும் மாதுவிற்கு வெவ்வேறு குணாதிசயங்கள் கொடுக்கும் மோகன் இந்த நாடகத்தில் மாதுவை எதற்கெடுத்தாலும் பொய் சொல்பவனாகப் படைத்தார்.

பல பொய்களில் ஒன்றை மறைக்க தன் மனைவி குஷ்மா தேவி என்று மற்றுமொரு பொய் சொல்ல, தன் நண்பன் மீசைச் சீனுவை குஷ்மா தேவியாகப் பெண் வேடம் போட வைக்க வேண்டிய சூழல்... அபரிமிதமான சிரிப்பு வெள்ளம் அரங்கங்களை நிரப்பியது என்று சொல்லவும் வேண்டுமோ!!!

இன்றும் இந்த நாடகம் 800 காட்சிகளைக் கடந்து நடைபெற்று வருகிறது.

இந்த நாடகம் உருவாகிக்கொண்டிருந்த போது எனக்கும் கிரேஸி மோகனுக்கும் இரண்டு கருத்து வேறுபாடுகள் தோன்றின... ஒன்று...

தொடக்கக் காட்சியில் மாது தன் மேல் அதிகாரியை ஏமாற்ற வீட்டில் ஒரு சாவு நிகழ்ந்து விட்டதாக ஜோடிக்க... சாவிலும் காமெடி பெருகும் என்று மோகன் சொல்ல... நானோ...''வேண்டாம் மோகன்... நாடகத் தொடக்கத்திலேயே அச்சான்னியமாக சாவு...'' என்றேன். அனால் மோகன் உடன்படவில்லை... நகைச்சுவை தெய்வீகமானது... சாவிலும் சிரிப்பு உண்டு என்று சொல்லி விட்டார்... அரங்கேற்றக் காட்சியில் அந்த முதல் சீனே சிரிப்பு அருவியைக் கிளப்பிவிட... நான் பயந்தது பொய்த்தது.

இரண்டாவது...

சீனு முதல் முதல் பெண் வேடமிட்டு மாடியிலிருந்து கீழிறங்கும் போது... பின்னணியிசையாக அப்போது மிகவும் பிரபலமான ஒரு திரைப் பாடலைப் போட வேண்டும் என்று மோகன் சொல்ல.... நான் மறுத்து, பெரிய ஹிட்டான பாடலாக இல்லாவிட்டாலும், அந்த இடத்திற்கு மிகவும் பொருத்தமான பாடல் 'தேவதை போல் ஒரு பெண்ணிங்கு வந்தது' என்ற பாடலே என்று விவாதிக்க... மோகன்... சரி சரி... பார்க்கலாம் என்றார்.

அரங்கேற்றக் காட்சியில் அந்த இடம் வரும் போது நான் சொன்ன பாடல் ஒலிக்க... அரங்கமே எழுந்து நின்று ஆர்ப்பரித்தது... நான் நம்பியது பலித்தது.

S.B. காந்தன்

மோகனுடன் நான்...

ஆரம்பிக்கலாமா?

கிரேஸி மோகன் சார்தான் என்னுடைய குரு. கிரேஸி கிரியேஷன்ஸ் தான் என்னுடைய குருகுலம். இதில் 1996ல் இருந்து 2006வரை இருந்தேன்.... சாரி.... வாழ்ந்தேன்... வளர்ந்தேன்.

அங்கே இருந்த வருடங்கள் பத்து! அத்தனையும் ஈடு இணையில்லா சொத்து! என் குருவை சந்தித்ததை, அவரோடு சேர்ந்து பயணித்ததை ஒரு சின்ன ரிவைன்ட் செய்து ரிமைன்ட் செய்து பார்க்கிறேன்... அடடா...

சிரிக்க, சிந்திக்க, சிலிர்க்க என அத்தனையும் தித்திக்கும் தருணங்கள் திகட்டாத அனுபவங்கள்... வாருங்கள் கமர்சியல் பிரேக் போடாமல் கதை சொல்கிறேன்.

குருவருள் தேடினேன்

1995ம் ஆண்டு திருச்சியிலிருந்து சென்னைக்கு வந்து சன்மார் இன்ஜினியரிங் என்ற தனியார் கம்பெனியில் சூப்பர்வைசராக வேலை பார்த்துக் கொண்டிருந்தேன். ரொம்ப நாளாகவே எனது நண்பர்களும் உறவினர்களும் நான் நகைச்சுவையாக பேசுவதை பார்த்து ''இந்த சேட்டை எல்லாம் சினிமாவுல போய் செஞ்சேன்னா பணமும் கிடைக்கும் புகழும் கிடைக்கும்' என அப்பப்ப உசுப்பி உரியடித்துக் கொண்டே இருந்தனர். திடீரென்று ஒரு நாள் இனி நான் கொடி நாட்ட வேண்டியது கோடம்பாக்கம்தான் என முடிவெடுத்து குதிரை போல் கனைத்து எழுந்து... என் வருகையைப் பார்த்து கவுண்டமணி, செந்தில், ஜனகராஜ் போன்றோர் நடுநடுங்குவதாக கற்பனை வேறு

செய்து கொண்டு... சினிமா வாய்ப்புகளை பெற பார்ட் டைமாக கோடம்பாக்கத்தைச் சுற்றி சுழன்று சூறாவளி போல் மையம் கொண் டேன்.

பல படக் கம்பெனிகளைக் கண்டுபிடித்து, பல படிக்கட்டுகள் லிப்டுகள் ஏறி இறங்கி, பல தடைகளைக் கடந்து, பல இயக்குனர்களைச் சந்தித்து, ஒரே ஒரு வாய்ப்பை பெறுவதற்குள்ளாகவே வாய்லயே வாஷிங் பண்றனோன்னு நினைக்கிற அளவுக்கு நுரை தள்ளியது! எதார்த்தம் ஏறி மிதித்தது!

இருந்தாலும்...

அலைந்ததில் கிடைத்த சிறு அனுபவத்தில் நடிப்புக்குப் 'பயிற்சி முக்கியம்' என முடிவெடுத்து ஒரு தனியார் நடிப்புப் பயிற்சிப் பள்ளியில் சேர்ந்தேன். என்னோடு சேர்த்து மொத்தம் 20 பேர் படித்தார்கள். நாங்கதான் ஃபர்ஸ்ட் பேட்ச்! நாங்கதான் கடைசி பேட்ச்!!! பூட்டை வாங்கிட்டு தான் கோர்ஸயே ஆரம்பிச்சிருப்பாங்க போல. அங்கே பெரிதாக ஒன்றும் கற்றுக்கொள்ள முடியவில்லை. அங்கே பயிற்சி எடுக்கற நாங்களே ஒரு கதை எழுதி, அதுல நாங்களே நடித்து அதை வீடியோ எடுத்து அதை இயக்குனர் பலருக்குப் போட்டுக் காட்டுவது என்பது திட்டம். என் கதையில் நானே நாயகனாக நடித்து, பல கெட்டப்புகளை போட்டு நடித்தேன். ஞாபகமாக என்னை வித விதமாக போட்டோவும் எடுத்துக் கொண் டேன். அதை ஒரு ஆல்பமாக போட்டுக் கொண்டு வாய்ப்புத் தேடி சைக்கிளில் அலைந் தேன். சைக்கிள் ஓடுவது டயரிலா ட்யூப்பிலா என நினைக்கும் அளவிற்கு தேய தேய பல சினிமா கம்பெனிகளுக்கு ஓட்டிக்கொண்டு அலைந்தேன். உள் மனசு என்னவோ நான் இன்னும் முறையான நடிப்புப் பயிற்சி பெறவில்லை என்று சொல்லிக் கொண்டே இருந்தது. ஏனென்றால் காமெடியாக பேசுவது வேறு, காமெடியாக நடிப்பது வேறு. செலவு செய்து சிறந்த பயிற்சியை பெற வசதி இல்லை! யாரிடம் போவது? எங்கே கற்பது? குழப்பம் கும்மியடிக்க குத்துமதிப்பாக அலைந்து கொண்டே இருந்தேன்...

குருவைக் கண்டேன்

ஒரு முறை கே.எஸ்.ரவிகுமார் சார் இயக்கத்தில் கமல் சார் நடித்த 'அவ்வை சண்முகி' பட ஆபீஸில் வாய்ப்பு கேட்டுப் போக... அங்கிருந்த அசிஸ்டன்ட் டைரக்டர், 'நாளை வளசரவாக்கம் முருகன் கோவிலில் ஷூட்டிங் இருக்கிறது; காலை 9.00 மணிக்கு ஷூட்டிங் வந்து விடுங்கள்' என்று கற்கண்டை கரைத்து காதில் ஊற்றினார். அன்று இரவு...

இழுத்து வைத்து இமைகளைத் தைத்திருந்தாலும் தூக்கம்

வந்திருக்காது என்பதை சொல்லவும் வேண்டுமா? வேலை பார்க்கும் கம்பெனியில் பர்மிஷன் சொல்லி விட்டேன். காலை அனிச்சை செயலாய் அனைத்து வேலைகளும் நடந்தன. கற்பனையில் மிதந்து காற்றில் தவழ்ந்து கனவுகளை சுமந்து கரெக்ட் டயத்திற்கு ஷூட்டிங் ஸ்பாட்டுக்கு வந்து சேர்ந்தேன்...

ஆனால்...

சில காரணங்களால் நான் வருவதற்குள் ஷூட்டிங் முடிந்து விட்ட தாகவும் கமல் சார் சென்று விட்டதாகவும் கூலாக சொல்லிவிட்டு ஃபீலோடு நின்ற என்னைக் கண்டு கொள்ளாமல் கடந்து சென்றார் அந்த அசிஸ்டன்ட் டைரக்டர்.

ஆக்சுவலா அவர் என்னை அழைத்தது கூட்டத்தில் கோவிந்தா போட்றா மாதிரியான ரோலுக்காக என்பது தெரிந்த பிறகு வெறுத்து வேதனையோடு நின்று கொண்டிருந்த நான் சுற்றும் மற்றும் கண்களை அலைய விட்டேன். தூரத்தில் மூன்று பேர் சேரில் அமர்ந்து சிரிக்கச் சிரிக்கப் பேசிக் கொண்டிருந்தார்கள். டச்சு செல்லில் படங்களை விரல்களால் ஜூம் செய்வது போல் கண்ணைக் கசக்கி ஜூம் செய்தேன்...

ஆஹா.... அந்த மூவரில் ஒருவர் என் வாழ்க்கையை மாற்றப் போகும் நாயகன்... நகைச்சுவை பித்தர், சிரிக்க வைக்கும் சித்தர், கிரேஸி மோகன் சார்... அவர் பேசப் பேச உடனிருந்த ஜெமினி கணேசன் சாரும் டெல்லி கணேஷ் சாரும் ரசித்துக் சிரித்துக் கொண்டிருந்தார்கள்.

பட்டென Bodyயில் பரபரப்பு பற்றிக்கொள்ள.. தற்காலிகமாக செயல் இழந்து கிடந்த எனது மூளையைத் தட்டித் தூக்கினேன்... தடாலடியாக சில யோசனைகள் செய்து தாவி ஓடினேன்.... என் வருங்கால குருநாதரை நோக்கி....

குரு பார்வை கிட்டியது

முறையான பயிற்சி எடுக்க முத்தாய்ப்பான இடம் இவர்தான் என மூளையை முடுக்கி முடிவெடுத்து மூச்சிறைக்க முன்னே போய் நின்றேன். அவரின் வெற்றிலை வாசத்தை கொஞ்சம் தின்றேன். சிரித்த முகத்தோடு வரவேற்றார். பாதம் பணிந்தேன். பேசத் துணிந் தேன்.

'சார் உங்களுடைய நாடகங்களை TVயிலும் கேசட்டுகளிலும் பார்த்து ரசிச்சு சிரிச்சு உருண்ட்ருக்கேன், எனக்கு சினிமால நகைச்சுவை நடிகனா வரணும்ங்கறது கனவு. உங்களோட நாடகத்தில நடிக்கணும்னு ஆசைப்பட்றேன். என்ன எப்படியாவது சேர்த்துக்குங்க சார்' என்று ஒரு குழந்தைக் கெஞ்சலோடு என் கோரிக்கையை 50

செகண்ட்களில் அள்ளிக் கொட்டி சொல்லி முடிச்சேன். கைவசம் வச்சிருந்த ஆல்பத்தைக் காட்டினேன். எனது பலவிதமான முக பாவங்களை ரசித்து பார்த்து வெகுவாக பாராட்டியவர் 'வர்ற சனி ஞாயிறு எங்களோட டிராமா இருக்கு... அங்க வந்து பாருங்கோ'... உடனே நான் 'எங்க சார் நடக்கும்'... அவர் 'ஹிந்து பேப்பர் பாருங்கோ... அதுல போட்ருக்கும் சரியா... போய்ட்டு வாங்கோ' என்று கூறிவிட்டு 'டெல்லி சார் அப்புறம் ஒரு விஷயம்' என மீண்டும் பேச போய்விட்டார். இதற்கு மேல் 'ஹிந்து பேப்பர் எங்க சார் கிடைக்கும்' என்று கேட்டு சிரிக்க வைப்பவரை சீரியஸ் ஆக்க வேண்டாம் என முடிவெடுத்து இனம் புரியாத இன்ப உணர்வோடு இடத்தை காலி செய்தேன். ஒரு நம்பிக்கை ஒலிக்கீற்று கண்ணில் தெரிந்தது!

குருவை சரணடைந்தேன்

ஹிந்து பேப்பரில் கிரேஸி மோகன் சாரின் டிராமா எங்கு நடக்கிறது என்பதை தடவித் தடவி மிசிலேனியஸ் காலத்தில் நாரத கான சபாவில் நாடகம் நடப்பதாக கண்டேன். சிறிது நேரத்தில் கிரேஸி சார் முன்பு நின்றேன். ஆல்பத்தை காட்டி ஞாபகப்படுத்தினேன். உடனே அவர் 'பாலாஜி... பாலாஜி' என அழைக்க கிரேஸி சாரின் அன்புத்தம்பி, கிரேஸி சாரின் நிழல், கிரேஸி கிரியேஷன்ஸின் ஆஸ்தான நாயகன், டயலாக் டெலிவரி மன்னன் (பின்னாளில் என்னை ஆளாக்கிய அண்ணன்) மாது பாலாஜி சார் வர... நடந்த சம்பவங்கள் சுருக்கி வரையப்பட்டது.

உடனே அவர் 'இப்ப எல்லா ரோலுக்கும் ஆள் இருக்கு... அடுத்த மே மாசம் புது ட்ராமா போட்றோம்... அதுல ஏதாவது ரோல் இருந்தா சொல்றோம்... சரியா... இப்ப போய் டிராமா பாருங்கோ' என்று ஒரு மாதிரி ஆறுதலான வார்த்தையை அள்ளித் தெளித்து விட்டு அடுத்த வேலைக்குப் போய்விட்டார்..

அரங்கம் நிறைந்த மக்களோடு முதல் முறையாக கிரேஸி மோகன் சாரின் டிராமாவை நேரில் பார்க்கிறேன்... கைத்தட்டலும் சிரிப்பொலியும் கேட்டுக்கொண்டே இருக்கிறது. நானும் சிரித்து ரசித்து பிரமிப்போடு பார்த்துக் கொண்டிருக்கிறேன். இதற்கு முன்னாலும் சில டிராமா ட்ரூப்புகளில் சேர்வதற்கு சிறு முயற்சி செய்துள்ளேன். ஆனால் இவர்களது நாடகத்தைப் பார்த்த பிறகு, இவர்களுடைய பழகும் விதத்தைப் பார்த்த பிறகு இதுதான் நான் இருக்க வேண்டிய இடம் என தீர்மானமாக முடிவெடுத்தேன்.

டிராமா முடிந்து கிரீன் ரூமில் மாது பாலாஜி சாரிடம் 'நாடகம் அருமையாக இருந்தது சார்... நல்லா சிரிச்சேன்... ஏன் சார்,

மே மாதம் வரைக்கும் காத்திருக்கணுமா? இப்பவே என்ன சேர்த்துக்கக் கூடாதா? சேர் டேபிள் தள்ளி போட்ற வேலையாவது குடுங்க சார்... ப்ளீஸ்' எனக் கெஞ்சாத குறையாக கேட்க அதற்கு அவர் 'சரி முதல்ல நீங்க தொடர்ந்து டிராமாக்கு வாங்கோ; அதுக்கப்புறம் பார்க்கலாம்' என்று என் ஆர்வத்திற்கு சோதனை வைத்தார். அடுத்த ட்ராமா எங்கு நடக்கிறது என்பதை அவர்களிடமே கேட்டுக் கொண்டேன். கம்பெனியில் பர்மிஷன் மற்றும் ஷிப்ட் மாற்றங்கள் செய்து கொண்டு தொடர்ந்து இரண்டு மாதங்கள் அவர்களுடைய ட்ராமாவிற்கு சென்று அட்டெண்டன்ஸ் போட்டு அவர்களிடம் என் ஆர்வத்தை நிரூபித்து, நன்மதிப்பைப் பெற்றேன்.

ஒரு நல்ல நாளில் மாது பாலாஜி சார் ட்ரூப்பில் இருந்த மற்ற நடிகர்களிடம் 'இன்றிலிருந்து இவர் நம்முடைய ட்ரூப்பில் சேர்ந்து இருக்கிறார்... பேரு சுவாமிநாதன்' என்று முறையாக அறிமுகம் செய்து வைத்தார். (பின்னாளில் இந்த சுவாமிநாதன் என்ற பெயர் அவர்களால் செல்லமாக 'சாமா' என அழைக்கப்பட்டு தற்போது சினிமாவில் 'சாம்ஸ்' ஆக மாறியுள்ளது). ட்ரூப்பில் எப்படி நடந்து கொள்ள வேண்டும் என்று Tipsகள் தந்தார். 1996 ஜூலை மாதம் 'கிரேஸி கிரியேஷன்ஸ்' என்ற காமெடி கோட்டை தன் கதவுகளை திறந்து என்னை அன்போடு அழைத்துக் கொண்டது, அணைத்துக் கொண்டது. சந்தோஷத்தில் குதித்தேன். இன்னும் இரண்டு அடி எக்ஸ்ட்ரா குதிச்சிருந்தேன்னா மேகம் முட்டி இருக்கும்.

மகிழ்ச்சி மற்றும் பிரமிப்போடு எனது சினிமா கனவிற்கு அடித்தளமாக அமையப்போகும் இந்த டிராமா ட்ரூப்பில் நான் என்ன செய்யப் போகிறேன்? எப்படி செய்யப் போகிறேன்? என்னவெல்லாம் கற்றுக் கொள்ளப் போகிறேன்? போன்ற பல விதமான கேள்விகளோடு, இனம் புரியாத உணர்வுகளோடு இல்லம் திரும்பினேன்.

குரு பயற்சி எனக்கு குரு பெயர்ச்சி

நாடகத்துக்குப் பின்னால் குரல் கொடுக்க வைப்பதில் இருந்து ஆரம்பித்தனர். பிறகு சின்ன சின்ன ரோல்களாக தர ஆரம்பித்தனர்.

உள்ளே ஜாம்பவான்கள் பின்னி பெடல் எடுத்துக் கொண்டிருந்தனர்.

பிரமிப்பாக பார்த்துக் கொண்டிருப்பேன். ஒவ்வொரு நாளும் ஒவ்வொரு விதமான ஆடியன்ஸ்கள். கொஞ்சம் கொஞ்சமாக என்னுடைய கூச்சம், பயம், தயக்கம் எல்லாம் விடை பெற்று போய்க்கொண்டிருந்தது. ஜோக்கை ஜோக்காக சொல்வது எப்படி? வசனங்களில் ஏற்ற இறக்கங்களை கொடுப்பது எப்படி? மற்றவர்கள்

நடிக்கும் போது நம்முடைய ரியாக்ஷன்கள் எப்படி இருக்க வேண்டும்? மைக் முன்னால் எப்படி நிற்பது? எப்படி பேசுவது? எப்போது தள்ளி வர வேண்டும்? ஆடியன்ஸின் ரெஸ்பான்ஸ்க்கு ஏற்றவாறு வசனங்களை எப்ப நிறுத்துவது? எப்ப சொல்வது? எப்படி நிதானமா சொல்வது? நாம் வசனத்தை மறந்தாலும் மற்றவர்கள் மறந்தாலும் எப்படி சமாளிப்பது? என எளிமையாக, இனிமையாக, பொறுமையாக கற்றுக் கொடுத்தனர். ஒவ்வொரு நாடகத்தின் போதும் ஒவ்வொரு புது அனுபவத்தை - புது விஷயத்தை - கற்றுக் கொண்டே வந்தேன். பிறகு என் பங்கிற்கு சில சேட்டைகளைப் புகுத்தினேன். அதற்கு பர்மிஷனும் தந்து பாராட்டவும் செய்தார்கள். மொத்தத்தில் என்னை ஆளாக்கி அழகு பார்த்தார். முதலில் 'வாங் கோ' என கூப்பிட்டவர்கள் பிறகு 'வாடா' எனக் கூப்பிடும் அளவிற்கு அவர்களோடு ஐக்கியம் ஆகிவிட்டேன்.

'நச்சுனு நாலு நாடகங்கள்'

கிரேஸி மோகன் சார் கிரேஸி கிரியேஷன்ஸ்ஸுக்காக பல நாடகங்கள் எழுதி இருக்கிறார்.

அதில் நான் பிரமித்துப் போற்றிய, என்னை நடிப்பில் தேற்றிய, என்னை புகழில் ஏற்றிய, எனக்குள் தெம்பை ஊற்றிய, நான்கு நாடகங்களைப் பற்றி சொல்ல ஆசைப்படுகிறேன்.

1. பிரமித்துப் போற்றிய 'மேரேஜ் மேட் இன் சலூன்'

என்னைப் பொறுத்தவரை இந்த நாடகம் தான் கிரேஸி மோகன் சாரின் மாஸ்டர் பீஸ். இப்படியும் ஒரு மனிதனால் கற்பனை செய்ய முடியுமா? ப்ரெய்ன் டிரான்ஸ்பிளான்ட் பண்ணாலே ஒழிய இது சாத்தியமில்லை என்று என்னை பிரமிக்க வைத்த நாடகம். வரிக்கு வரி ஜோக்குகள்.

உதாரணத்திற்கு...

பாகவதர்: தெருக்கோடியில இருக்கிற முருகன் கோவில்ல என்ன மறந்து பாடிண்டு இருந்தேன்...

கிரேஸி : மாமா உங்களை நீங்க ரொம்ப மறந்துட்டீங்க... தெருக் கோடியில இருக்கிறது முருகன் கோவில் இல்லை, ஐயப்பன் கோயில்... (நகைச்சுவையாக பேசுபவர்கள் ஓரளவு இதை சொல்லக் கூடும்... ஆனால் என் குருஜி அதையும் தாண்டுவார்...)

பாகவதர்: ஐயப்பனா? முருகன் மயில் மேல உட்கார்ந்திருந்தாரே!

கிரேஸி : உங்களுக்கு முருகனுக்கும் ஐயப்பனுக்கும்தான் வித்தியாசம் தெரியலேன்னு நினைச்சேன் புலிக்கும் மயிலுக்குமே உங்களுக்கு வித்தியாசம் தெரியல...? அது ஐயப்பன் புலி மேலே

உட்கார்ந்திருந்த சிலை... எத்தையோ பாத்துட்டு எத்தையோ பாடிட்டு வந்திருக்கு...

(இப்படி எல்லாரையும் விட ஒரு படி மேலே போய் யோசிப்பார்... அதோடு நிறுத்தாமல் மேற்கொண்டு ஊடுருவி உள்ளே போவார்...)

கிரேஸி : நல்ல வேளை இந்த மட்டும் எனையாளும் மேரி மாதான்னு பாடாம போனீங்களே... அங்கேயே டின்னு கட்டி யிருப்பான்... என்று பல கோணங்களில் பாய்வார்.

இதுபோல் பல நகைச்சுவை பஞ்சுகள் இந்த நாடகம் முழுவதும் நிறைந்திருக்கும்.

இந்த பிரமிப்பை எல்லாம் தாண்டி இந்த நாடகத்தில் எனக்கு இன்னொரு ஒரு கூடுதல் சந்தோஷம் இதில் நான் கிரேஸி மோகன் சாரின் மகனாக 'செல்லப்பா' என்ற ரோலில் அவரோடு சேர்ந்து கூத்தடிப்பேன். நான் செய்யும் அங்க சேட்டைகளை பார்த்து சரியான 'கழண்ட கபாலிடா' என்று அவர் செல்லமாக சொல்வதை நான் மிக மிக மிக ரசிப்பேன்!

மை லைஃப் மேட் இன் கிரேஸி கிரியேஷன்ஸ்.

2. நடிப்பில் தேற்றிய 'அலாவுதீனும் 100 வாட்ஸ் பல்பும்'

ஆரம்பத்தில் குட்டி குட்டி ரோல்கள் செய்வதற்குத்தான் வாய்ப்பு கிடைத்தது. பெரிய ரோலை கேட்டு வாங்கி செய்ய தயக்கமும் பயமும் இருந்தது. ஆனால் அதற்கும் ஒரு நாள் முடிவு வந்தது. கிரேஸி மோகன் சார் கிரேஸி கிரியேஷன்ஸுக்காக எழுதிய முதல் நாடகமான 'அலாவுதீனும் 100 வாட்ஸ் பல்பும்' நாடகத்தில் 'அலாவுதீன்' ரோல் செய்வதற்கான ஒரு வாய்ப்பு வந்தது. தயக்கம் , பயம், உதறல் என எல்லாம் மிக்ஸ் ஆகி மிரட்டியது. மாது பாலாஜி சார் தான் 'ஏண்டா பயப்பட்ற... உன்னால முடியும். தைரியமா பண்ணு... நான் இருக்கேன்டா' என்று நம்பிக்கை வார்த்தைகளை சொல்ல சொல்ல நமுத்துக் கிடந்த என்னோட நரம்பு மண்டலம் நட்டுக் கொண்டது! உற்சாகமும் உத்வேகமும் பிறந்தது. டயலாக்குகளை தந்தார்; ரிகர்சலே இல்லாமல் என்னை துணிச்சலோடு மேடை ஏற்றினார், என்னை அடுத்த கட்டத்திற்குத் தேற்றினார். நாடகம் சிறப்பாக போனது. கிரேஸி மோகன் சாரும் பாலாஜி சாரும் குழுவினரும் வாய் நிறைய பாராட்டினார்கள்.

அன்று மட்டும் மாது பாலாஜி சார் அப்படி செய்யவில்லை என்றால் துக்கடா ரோல்களோடு என்னுடைய கலையுலகக் கனவுகள் காமா சோமாவென போயிருக்கும்!

பெரிய ரோல் செய்து விட்டதால் மூளைக்குள் முறுக்கேறியது; உடம்பில் தெம்பேறியது. இனி பெரிய ரோல்களை என்னால்

செய்ய முடியும் என்று என்னாலேயே நம்ப முடிந்தது. இதற்குக் காரணமான கிரேஸி மோகன் சாரையும், மாது பாலாஜி சாரையும், இந்த நாடகத்தையும் என்றென்றும் நன்றியோடு நினைத்துக் கொண்டிருப்பேன்.

ஓசூர்... நான் உங்கள் அடிமை கிரேஸி சார்...

3. புகழில் ஏற்றிய 'மீசை ஆனாலும் மனைவி'

சின்ன ரோல்களும் பெரிய ரோல்களுமாக கலந்து கட்டி நடித்துக் கொண்டிருந்தேன். கிரேஸி மோகன் சாரின் இன்னொரு அல்டிமேட் நாடகம் 'மீசையானாலும் மனைவி'. அதில் முதலில் பெண் வேடமிட்டு நடித்தவர் வர இயலாத சூழலால் அந்த நாடகம் சிறிது காலம் போடப்படாமலேயே இருந்தது. திடீரென்று ஒரு நாள் கிரேஸி மோகன் சார் 'ஏன்டா சாமா மீசை எடுப்பியா?' னு கேட்க... உடனே நான் 'ஏன் சார்...எதுக்கு சார் கேக்குறீங்க?'னு கேட்க 'சொல்றேன்... சொல்றேன்' னு சொல்லிட்டு மாது பாலாஜி சாரோடு டிஸ்கஸ் செய்தார்... பிறகு மாது பாலாஜி சார் என்னிடம் 'மீசை ஆனாலும் மனைவி' டிராமால குஷ்மாதேவி ரோல நீ பண்றியா?' னு கேட்க... சந்தோஷத்தில் எனக்கு மூச்சடைத்து முழி மூணு இஞ்ச் வெளியே வந்து.... நா குழறி 'சார்... இது... நான்... எப்... எப்... எப்படி... வேஷம் பொம்பள... மீசை எடுத்து வச்சு... புடவை சுத்தி கட்டி... மேக்கப் பூசி... வசனம் பேசி...' என என் வாய் வைப்ரேட் ஆவதை பார்த்த மாது பாலாஜி சார் என்னை ஆசுவாசப்படுத்தி, நாடகத்தின் அருமை பெருமைகளை சொல்லி... வழக்கம்போல் 'நான் இருக் கேன்டா' என்ற நம்பிக்கை வார்த்தைகளை சொல்லி... என் பயத்தை வைத்தார் தள்ளி. பெண் வேஷத்தில் உள்ள சங்கடங்கள், தேவைகள், நுணுக்கங்களை பற்றி விலாவாரியாக பாடம் எடுத்து, அந்த வேடத்திற்கு தேவையான ஆடை ஆபரணங்களை தேவையான அளவு வாங்கி கொடுத்து, மனதளவில் என்னை தயார்படுத்தி மீண்டும் பிரெஷ்ஷா ரிகர்சல்ஸ் வைத்து என்னை பக்காவாக தயார் செய்தார். மீண்டும் நாடகம் அரங்கேறியது. பட்டையை கிளப்பியது. அதற்குப் பிறகு என் நாடக வாழ்க்கை ராக்கெட் வேகம்தான். தமிழ்நாட்டில், இந்தியாவில் சுற்றியது போதாது என்று என்னுடைய பாஸ்போர்ட்டின் பக்கங்கள் ரொம்பி வழியும் அளவிற்கு வெளிநாடுகளில் கூட கொடி நாட்டும் அளவிற்குக் கூட்டிச் சென்றது. இந்த நாடகம் டிவியில் சீரியலாக வந்த போதும் நானே செய்தேன். கிரேஸி மோகன் சாரின் TV சீரியல்களில் மட்டும் நடித்துக் கொண்டிருந்த எனக்கு வெளி சீரியல்களிலும் நடிக்கும் வாய்ப்பு வந்ததற்கு இந்த நாடகம்தான் முக்கியமான காரணம். இதுவரை எங்கள் ட்ரூப்பில் 4,5 பேர் இந்த

வேடத்தைப் போட்டிருந்தாலும் நான்தான் அதிக முறை மேடை ஏறி இருக்கிறேன்.

எனது புகழ் அதிகரிக்க இந்த நாடகம் மிக முக்கியமான காரணமாக இருந்தது. படங்களில் பெண் வேடம் போடும்போது இந்த நாடகத்தில் நடித்த அனுபவம் எனக்கும் மிகப்பெரிய அளவில் உதவியது என்றால் அது மிகை இல்லை!

தேவதை போல் ஒரு பெண் இங்கு வந்ததை கண்டேன்.

4.தெம்பை ஊற்றிய 'ஜுராசிக் பேபி'

கிரேஸி கிரியேஷன்ஸில் நான் இணைந்த பிறகு போடப்பட்ட அத்தனை நாடகங்களிலும் பல ரோல்களில் நடித்துள்ளேன். ஆனால் அந்த ரோல்கள் எல்லாம் ஏற்கனவே ஒருவருக்காக எழுதப்பட்டு அவர்களால் செய்ய முடியாத சூழலில் நான் செய்தது. ஆனால் இந்த 'ஜுராசிக் பேபி' நான் இருக்கும் போது உருவாகி அரங் கேற்றமான நாடகம். இதில் எனக்காகவே ஒரு ரோல் எழுதினார் என் குருஜி. 'சினிமாவால் பைத்தியமானவாக' மூன்று சீன்கள் வரு வேன். நல்ல பாராட்டு கிடைத்தது. இந்த நாடகத்தில் இன்னொரு சுவாரசியமான ரோல் 'தமிழ் வாத்தியார்'. அந்த ரோலையும் நான் செய்வதற்கு ஒரு சந்தர்ப்பம் வந்தது.

இத்தனை நாள் அந்தக் குழுவில் கிடைத்த அனுபவத்தாலும், கிரேஸி மோகன் சார், மாது பாலாஜி சார் இருவரும் தந்த உற்சா கத்தாலும் சுதந்திரத்தாலும் அந்த ரோலில் பூந்து விளையாடினேன். மாது பாலாஜி சார் இன்றும் கூட அந்த ரோலை நான் சிறப்பாக செய்ததாக சிலாகித்துப் பேசுவார்.

வெளிநாடுகளில் இந்த 'வாத்தியார் ரோல்' 'சினிமா பைத்தியம்' ரோல் இரண்டையும் நானே செய்வேன். ஆடியன்ஸின் பாராட்டையும் கைத்தட்டல்களையும் அள்ளிப் போட்டுக்கொள் வேன். இதில் இன்னும் கூடுதல் சந்தோஷம் நான் பெரிதும் மதிக்கும் கமல் சாரும் நாகேஷ் சாரும் இந்த நாடகத்தைப் பார்த்து என் நடிப்பை பாராட்டியதுதான். இப்படி என்னுள் தெம்பை ஊற்றிய இந்த நாடகத்தை என்னால் என்றுமே மறக்க முடியாது

அத்தனையும் என் குருவால் கிடைத்ததுதானே...

மாதா, பிதா, குரு, இஸ் ஈக்குவல் டு கிரேஸி.

மேலே சொன்ன நான்கு நாடகங்கள் தவிர மற்ற நாடகங்களும் எனக்கு கணிசமான வளர்ச்சியையும் பக்குவத்தையும் புகழையும், நல்ல அனுபவத்தையும், மனம் விட்டு சிரிக்கும் வாய்ப்பையும் தந்திருக்கிறது. உண்மையில் நான் கொடுத்து வைத்தவன்.

குருவிடம் கற்றவை

நடிப்பைத் தாண்டி என் குருவிடம் பல நல்ல குணங்களை, விஷயங்களை அருகில் இருந்து பார்த்து வியந்திருக்கிறேன்.

அதை ஓரளவாவது கற்கவும் என் வாழ்வில் செயல்படுத்தவும் முயன்று கொண்டே இருக்கிறேன்... அதெல்லாம் என்னவென்று பார்க்கலாமா?

1.என் குருவிற்கு நாடி நரம்பெல்லாம் நகைச்சுவை உணர்வுதான்!

அபாரமான நகைச்சுவை உணர்வு கொண்டவர். நாமெல்லாம் ஒரு விஷயத்தை நகைச்சுவை 'கண்' கொண்டு எப்பவாது பார்த்தால் அவர் அதையும் தாண்டி. கண்ணு, காது, மூக்கு, வாய் என அனைத்தையும் கொண்டு எப்பவுமே பார்ப்பார்! நாம் யோசித்தே பார்க்காத கோணங்களில் யோசித்து ஜோக்குகளை அடுத்து அடுத்து இறக்கிக் கொண்டே இருப்பார். அருகில் இருப்பவர்கள் சிலிர்த்துப் போய் சில்லறையை விட்டெறிந்து சிரித்துக்கொண்டே நிற்க வேண்டியதுதான்! என் குருஜி சீரியஸாக இருந்த சிச்சுவேஷன் என் சிந்தனைக்கு வரமாட்டேங்குது!

இதையெல்லாம் பார்த்துப் பார்த்து வளர்ந்ததால்தான் நான் தற்போது நடிக்கும் திரைப்படங்களில் என் சம்பந்தப்பட்ட காட்சி களில் என்னுடைய பங்களிப்பை தருவதற்காக முயற்சி செய்வேன். இந்த இடத்தில் கிரேஸி சார் இருந்திருந்தால் எப்படி யோசித்திருப்பார் என்ற கோணத்தில் அணுகுவேன். நான் எழுதியவற்றைப் படித்து சில இயக்குனர்கள் என்னிடம் 'கிரேஸி சாரோட சிஷ்யன்னு ப்ரூஃவ் பண்றீங்க' என்று சொல்லி இருக்கிறார்கள். கடற்கரையில் நின்று இருக்கிறேன்; கால் நனைந்திருக்காதா?

2.கிரேஸி சாரை பொறுத்தவரை நட்புதான் ஃபர்ஸ்ட். நடிப்பெல்லாம் நெக்ஸ்ட்தான். கிரேஸி கிரியேஷன்ஸில் இருப்பதற்கான முதல் தகுதியே நடிப்பல்ல, நட்பு என்பார். நட்புக்கு மரியாதை தருவார். நட்பை போற்றுவார், கொண்டாடுவார். கிரேஸி கிரியேஷன்ஸின் பலமே நட்புதான் என்பார். நட்பென்ற அஸ்திவாரத்தில் நகைச்சுவை என்ற கோட்டை கட்டியதால்தான் எட்டுத்திக்கும் சிரிப்பொலி எக்கோ அடித்து, 45 வருடங்களாக 'வெற்றி நகை' போட்டுக் கொண்டிருக்கிறது.

நானும் எனது நண்பர்களைக் கொண்டாடுகிறேன்.

3. பாராட்டியே பட்டை தீட்டுவார்.

மற்றவர்களை மனம் திறந்து பாராட்டுவார். ஒரு சின்ன விஷயம் நாம் சிறப்பாக செய்தாலே வான் அளவுக்குப் பாராட்டி அதை மற்றவர்களிடமும் சொல்வார். நாம் ஏதாவது சொதப்பினால் கூட

நாமே சிரிக்கும்படி ஜாலியாக கிண்டல் அடிப்பார். அதில் நாம் நாணி குறுகுவோமே ஒழிய கூனிக் குறுக மாட்டோம்! பாராட்டியே அவர் வளர்த்த பலரில் நானும் ஒருவன்.

இதை நானும் கடைப்பிடிக்கிறேன்.

4. 'நன்றி மறவாமை' என் குருவிடம் இருக்கும் முக்கிய குணங்களில் ஒன்று. அவரின் நன்றி உணர்வை நினைத்து நினைத்து பிரமித்திருக்கிறேன். அதற்கு ஒரு உதாரணம் - புகழோடு இருந்த கிரேஸி கிரியேஷன்ஸ் மேலும் உச்சபட்ச புகழ் பெற்றதற்கு காரணம் கமல்ஹாசன் சாரோடு இணைந்த பிறகு தான் என்பதை வார்த்தைக்கு வார்த்தை, பேட்டிக்குப் பேட்டி சொல்லிக் கொண்டேயிருப்பார். வேறு படங்களை ஒத்துக் கொள்ளும் போது கூட கமல் சாரிடம் ஒரு வார்த்தை கேட்டுக் கொள்வார் என்றால் பாருங்களேன். என்னிடம் 'இதே போல் இரு' என்று சொல்லியதில்லை. வாழ்ந்து காட்டி விட்டு போயிருக்கிறார். நானும் செய்வேன்.

5.அபார உழைப்பு... இந்த காசுக்கு இந்த அளவுக்கு உழைச்சா போதும்னு என்னைக்குமே அவர் நினைத்ததில்லை. ஒன்றரை மணி நேரம் நடக்கும் அவருடைய நாடகத்திற்கு 150 பக்கங்கள் எழுதினால் போதும் என்றால் 600 - 700 பக்கங்கள் எழுதுவார். எந்த ஜோக்கை வைப்பது, எந்த ஜோக்கை எடுப்பது என்று திண்டாடுவார்கள். நாடகம் அரங்கேறியதற்குப் பிறகும் ஏதேனும் குட்டி குட்டி பஞ்சுகள் சேர்த்துக் கொண்டிருப்பார். இந்த அபார உழைப்பு அவருடைய நாடகத்திற்கு மட்டுமல்ல, அவர் எழுதும் படங்களுக்கும்தான்.

இதையெல்லாம் பார்த்து வளர்ந்த நான் சின்ன படமோ, பெரிய படமோ, நான் நடிக்கும் படங்களின் இயக்குனர் உடன் நடிக்கும் நடிகர்கள் என் சீனுக்காக நான் மெனக்கெடுவதை பார்த்துப் பாராட்டும் போது 'எல்லாம் என் குருவிடம் கற்றது' என்று பெருமையோடு சொல்வேன்.

6.சத்தம் இல்லாமல் தர்மங்களும் செய்வார். பலருக்கு உதவிகள் செய்வார். பல அனாதை ஆசிரமங்களுக்கும் தொண்டு நிறுவனங்களுக்கும் பணம் வாங்காமல் நாடகம் நடத்தி அதில் வரும் தொகையை அவர்களுக்குக் கொடுப்பார். அந்த தர்ம காரியத்தில் எங்களையும் பங்கு கொள்ளச் செய்வார். இப்படி செய்கிறேன் என்று வெளியே எங்கும் பிரபலப்படுத்திக் கொண்டதில்லை.

இந்த விஷயத்தில் அவர் வழிதான் என் வழி.

7.மனுஷன் அடக்கத்துல கீழடிக்கும் கீழ நூறடி போவார். எத்தனையோ படங்கள் அவருடைய வசனத்திற்காகவே பெரும் வெற்றி பெற்று இருக்கிறது. அதையெல்லாம் தலையில்

ஏற்றிக்கொள்ளவே மாட்டார், சிலாகித்தும் பேச மாட்டார். கடமையைச் செய்து விட்டு calmஆக இருப்பார்! எப்படி சார் உங்களால் மட்டும் இப்படி எல்லாம் யோசிக்க முடிகிறது என்று கேட்டால் 'ஏதோ அங்கிருந்து வந்துன்ட்ருக்கு எழுதின்ட்ருக்கேன்' என்று வானத்தைக் காட்டுவார். 'வர்றது நின்னுடுத்துன்னா வெத்தல சீவல போட்டுண்டு வீட்ல உட்கார்ந்திருக்க வேண்டியதுதான்' என சிம்பிளாக சொல்லிவிட்டு செல்வார். இந்த அடக்கமும் எனக்குள் கொஞ்சம் கொஞ்சமாக வந்து கொண்டிருக்கிறது.

8. மற்றபடி...

அவர் புலம்பியதில்லை,

புறம் பேசியதில்லை,

புரண்டு அழுததில்லை,

உறவுகளை நேசிப்பார்,

உளமார பழகுவார்,

உற்சாகமாய் இருப்பார்,

சிம்பிளாக இருப்பார்,

சிரிச்சுகிட்டே இருப்பார்,

சிரிக்க வச்சிக்கிட்டே இருப்பார்.

அவர் இருக்கும் இடம் எப்போதும் மகிழ்ச்சி வெள்ளத்தில் இருக்கும்.

இத்தனையும் நான் கற்றிட என் குருதான் அருள் புரிய வேண்டும்.

குருவிடம் பெற்றவை

1. நான் என் வாழ்வில் அதிகம் சிரித்து மகிழ்ந்த பொன்னான பத்து வருட காலங்களை அவரோடு பயணித்துப் பெற்றேன்.
2. 2001ல் அமெரிக்கா ட்ரிப் முடித்து சென்னை ஏர்போர்ட்டில் வைத்து எல்லார் முன்னாடியும் 'இந்த வாட்டி பெஸ்ட் ட்ரூப்பர் நம்ம சாமா தான்டா' என்று பாராட்டை பெற்றேன்.
3. வெளிநாடுகளில் நாடகம் முடிந்த பிறகு ஆடியன்ஸ்க்கு எல்லோரையும் அறிமுகம் செய்து வைப்பார். என்னை அறிமுகம் செய்யும் போது நான் சினிமாவில் வர முயற்சி செய்து கொண்டிருப்பதை சொல்லி... 'அனேகமா வருங்காலத்தில் ஒரு விவேக் போலவோ வடிவேல் போலவோ நிச்சயம் வருவான்; அதற்கு உங்களுடைய வாழ்த்துக்களும் ஆசிகளும் தேவை' என்று சொல்லி எனக்கு

பலத்த கைத்தட்டல்களையும் மக்களின் ஆசிர்வாதங்களையும் பெற்றுத் தந்தார். இப்படி ஒரு இடத்தில் அல்ல, பல இடங்களில்.

4. என் குருவுடைய நாடகத்திற்காக தமிழ்நாட்டில் பல இடங்கள், இந்தியாவில் பல மாநிலங்கள், மற்றும் இரண்டு முறை அமெரிக்கா, கனடா, துபாய், தோஹா , பக்ரைன் , குவைத், சிங்கப்பூர், ஹாங்காங், ஸ்ரீலங்கா என் பல வெளிநாடுகள் என பல புதிய இடங்களையும், பல அருமையான விஷயங்களையும் காணப் பெற்றேன்.
5. குருவின் மூலம் பல பெரிய மனிதர்களின் தொடர்புகள் பெற்றேன்.
6. அவருடைய நாடகங்கள் மற்றும் சீரியல்கள் மூலம் 'புகழ்' பெற்றேன்... அந்த புகழின் மூலம் தமிழ் திரையுலகில் வாய்ப்புப் பெற்றேன்.
7. கிரேஸி மோகன் சாரின் சிஷ்யன் என்ற பெருமை பெற்றேன்.
8. மற்றபடி அவரோடு இணைந்து நடிக்கும் வாய்ப்பு பெற்றேன்,

மேலே சொன்னதை தாண்டி இன்னும் எத்தனையோ விஷயங்களைப் பெற்று இருக்கிறேன். அவர் ஆசையாக சாப்பிடும் நெய் சீவல், ஸ்வீட்ஸ், பிஸ்கட் மற்றும் பிளாக் டீ கூட அதில் அடக்கம்.

முத்தாய்ப்பாக...

முழுமூச்சோடு சினிமாவில் இறங்கினால்தான் ஒரு இடத்தை பிடிக்க முடியும் என்று ட்ரூப்பில் இருந்து வெளியேறும்போது 'வருங்கால நாகேஷிற்கு' அன்புடன் - கிரேஸி மோகன் என்று எழுதி தந்த ஒரு குட்டிப் பிள்ளையார் சிலையையும் வாழ்த்தையும் பெற்றேன்.

குரு மந்திரம்

'லைஃப் இஸ் கிரேஸி - டேக் இட் ஈஸி' இது என் குருநாதரின் தாரக மந்திரம். அதை நானும் முடிந்தவரை கடைப்பிடித்துக் கொண்டு என் குருவிடம் கற்றதையும் பெற்றதையும் நினைவில் வைத்துக் கொண்டு சினிமாவிலும் வாழ்விலும் கம்பு சுத்திக்கொண்டு இருக்கிறேன்.

முடிச்சிர்லாமா?

இந்த உலகில் ஒரே கிரேஸி.

அவர் போல் வருவது நோ ஈஸி!

குருவை மிஞ்சிய சிஷ்யர்கள் சிலர் வரலாம். ஆனால் என்

குருவை என்றுமே மிஞ்ச முடியாது. கதை எழுதுவது, வசனம் எழுதுவது, வெண்பா புனைவது, நடிப்பது, ஓவியம் வரைவது என... பன்முகத் திறமை கொண்டவர். மேலும் நல்ல பழக்கங்களும், நல்ல குணங்களும், உயர்ந்த சிந்தனைகளும், அதீத கற்பனைகளும், பக்தியும் ஞானமும் கொண்டவர். இவர் ஆர்டர் குடுத்து வந்தாரா? இல்ல ஆண்டவனே வந்து தந்தாரான்னு தெரியவில்லை!

அற்புதமான மனிதர்

நானும் அவர் மாதிரியே வரணும்னு ஆசைப்பட்டு அவர் மாதிரியே வெத்தல சீவல் எல்லாம் போட்டு பார்த்தேன். பல்லுல கறைதான் வந்ததே ஒழிய... காமெடி வரல!

இந்த மாதிரி அசட்டுத்தனமான முயற்சிகளை எல்லாம் கைவிட்டு என் குருவை அண்ணாந்து பார்த்து ரசித்தபடி... கொஞ்சம் பெருமூச்சு விட்டபடி ' பத்து வருடம் அவரோடு சேர்ந்து பயணிக்கிற பாக்கியத்தையாவது ஆண்டவன் தந்தானே' என்ற ஆறுதல் அடை கிறேன்.

என் குருவிற்கும், அவர் உருவாக்கிய கிரேஸி கிரியேஷன்ஸுக்கும் பெருமை வரும்படி நடந்து கொண்டு, அவரை அன்போடும் நன்றியோடும்...

என் உயிர் உள்ளவரை நினைத்துக் கொண்டிருப்பேன்....

என்றும் அவரின் செல்ல சிஷ்யன்

சாம்ஸ்

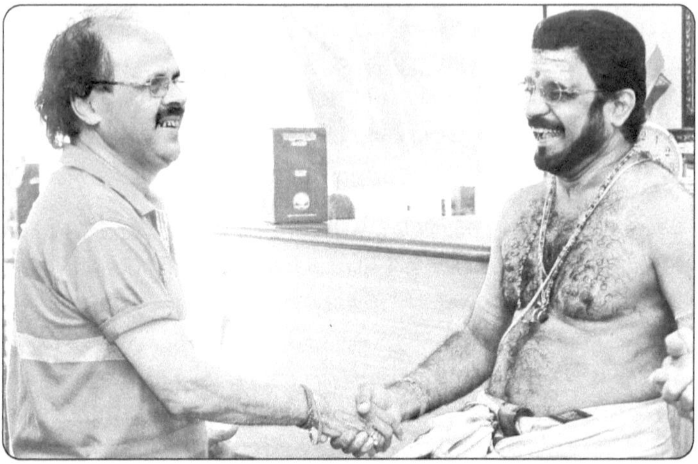

பாலாஜி கிட்ட பேசிட்டேன்

'சீனு! நான் கமலோட டிஸ்கஷன் டிஸ்கஷன்னு ரொம்ப பிஸியா இருக்கேன். ஆனால் பாலாஜி கிட்ட பேசிட்டேன். அவனை 'ஸ்க்ரிப்ட்' எல்லாம் எடுத்துண்டு வந்து உன்கிட்ட கொடுத்திட சொல்லியிருக்கேன்.' நான் எப்போதெல்லாம் மோகனைப் பார்க்கி றேனோ, அப்போதெல்லாம் அவரிடமிருந்து வரக் கூடிய பதில். மயிலாப்பூர் மாட வீதியில் உள்ள வெற்றிலை கடையாகட்டும், விழாவாகட்டும், நாங்கள் இருவரும் இருந்த விழா மேடையாகட்டும், திருமண நிகழ்ச்சியாகட்டும் எங்கு பார்த்தாலும் இதே பதில்தான்.

எனக்கும் மோகனுக்கும் 1992 முதலிலேயே தொடர்பு ஏற்பட்டது. அப்போது நாங்கள் 'சோ' அவர்களின் நாடகங்கள், கதைகள் எல்லாவற்றையும் புத்தகங்களாக வெளியிட ஆரம்பித் தோம். தமிழ் நாடக உலகில் பிரபலமாக இருந்த ஒய்.ஜி. மகேந் திரன், மௌலி, விசு, மெரீனா, எஸ்.வி.சேகர், கிரேஸி மோகன் போன்றவர்களின் நாடகங்களை எல்லாம் புத்தக வடிவில் கொண்டு வர எண்ணி, ஒவ்வொருவராக அவர்களது வீட்டிலேயே சென்று சந்தித்தேன். இவர்களில் சோ, மெரீனா ஆகியோரது நாடகங்களை வெளியிட்டோம். ஆனால், மற்றவர்கள் எல்லாம் அப்போதுதான் நாடகத்தில் வெற்றி பெற்று சினிமாவில் காலடி வைத்து மிகவும் பிஸியாக இருந்தார்கள். அந்த நேரத்தில்தான் எஸ்.வி. சேகரின் நாடகங்கள் எல்லாவற்றையும் ஒரே சமயத்தில், அன்றைய முதல்வர் ஜெயலலிதா வெளியிட்டார்.

சினிமாவில் நுழைந்த நாடக வெற்றியாளர்கள், அப்போது சென்னை தொலைக்காட்சியிலும் மிகவும் பிஸியாக இருந்தார்கள். இந்தச் சமயங்களிலும் மோகனை சந்திக்கும் போதெல்லாம், 'சீனு! பாலாஜி கிட்ட சொல்லிட்டேன்' என்ற பதில்தான். எவ்வளவு பிஸியாக இருந்தாலும் மோகன் நின்று பேசி விட்டுப் போவதோடு, எங்கள் வீட்டு மங்கல நிகழ்ச்சி, எங்கள் நிறுவன புதிய கட்டிட திறப்பு விழா, எங்கள் அலுவலகத்திற்கு ஸ்ரீ காஞ்சி பெரியவர் விஜயம் போன்ற நிகழ்ச்சிகளுக்குத் தவறாமல் வந்து விடுவார்.

ஒரு சமயம் சென்னை புத்தகக் காட்சியில் நான் செயலாளராக இருந்த போது, மோகனை சிறப்புப் பேச்சாளராக அழைத்திருந்தேன். அன்று நல்ல மழை. எல்லோரும் இந்த நிகழ்ச்சி ரத்து ஆகி விடும் என்று எண்ணினர். ஆனால், மோகனுடைய பேச்சைக் கேட்க வந்திருந்த கூட்டத்தைப் பார்த்ததும், குடையை பிடித்துக் கொண்டு, மோகன் மேடையேறி, 'மழை பெரியதாக இருக்கிறது. மழையை விட நீங்கள் அதிகமாக இருக்கிறீர்கள். நீங்கள் பேசச் சொன்னால் நான் பேசுகிறேன்' என்று 'மைக்'ல் பேசியவுடன், கூட்டத்தினரும் குடையுடன் பேச்சை ஆர்வமுடன் கேட்கத் தொடங்கினர். இயற்கை மழையுடன், நகைச்சுவை மழையையும் சேர்த்து அறுசுவை அவியல் போல் மக்கள் ரசித்தனர். மறக்க முடியாத நிகழ்ச்சி இது. மோகனுக்கும் மிகவும் மகிழ்ச்சி.

அங்கேயும் புறப்படும் போது, 'சீனு! பாலாஜிகிட்ட சொல்லிட்டேன்' என்ற பதில்தான். நாட்கள், மாதங்கள், வருடங்கள் ஓடின. மோகனும் சிரித்து, சிரிக்க வைத்து இயற்கை எய்தி விட்டார். பிறகு பாலாஜியை, கபாலி கோயிலில் சந்திப்பேன். நீண்ட நேரம் பேசுவோம், பேசுவோம், பேசிக் கொண்டேயிருப்போம். இப்படியே ஒரு சில வருடங்கள் ஓடின. எல்லாவற்றிற்கும் நேரம் வர வேண்டுமே! இப்போதுதான் வந்தது. அதுவும் சாதாரணமாக இல்லை. பாலாஜி தங்களது நாடக ஸ்க்ரிப்டையெல்லாம் தேடும் போது, மோகன் எழுதிய டைரியை படித்து, உடனே எனக்கு போன் செய்து, 'சீனு! மோகன் தன் டைரியிலேயே, 'என்னுடைய புத்தகங்கள் எல்லாம் அல்லயன்ஸ் கம்பெனியில் தான் வர வேண்டும்' என்று எழுதியிருக்கான் என்று தழுதழுத்துக் கூறினார். டைரி மூலமாக தனது நிலையை தெரிவித்த மோகனுக்கும், அதை என்னிடம் அன்புடன் தெரிவித்த பாலாஜிக்கும் எனது மனமார்ந்த நன்றி. கிரேஸி மோகன் பாலாஜியிடம் பேசி விட்டார்; பாலாஜியும் ஸ்க்ரிப்டையெல்லாம் தந்து விட்டார்; புத்தகங்களும் வந்து விட்டன. வாசகர்கள் எல்லாவற்றையும் வாங்கி ஆதரவு தெரிவிப்பார்கள் என நிச்சயம் நம்புகிறேன்.

அல்லயன்ஸ் ஸ்ரீநிவாஸன்

125வது ஆண்டில்...

தமிழில் நல்ல நூல்களை வெளியிட்டு வரும் அல்லயன்ஸ் ஸ்தாபகர் ஸ்ரீ வி. குப்புஸ்வாமி ஐயரை நான் பாராட்டுகின்றேன்.

- மகாத்மா காந்தி

நீதிகளைக் கற்பிக்கும் சிறுகதைகளையும், புதிய நாடகங்களையும், பல மொழிபெயர்ப்புக்களையும், இன்னும் பல விஷயங்களையும் எளிய அழகிய நடையில் வெளியிட்டுவரும் அல்லயன்ஸாரை நான் பாராட்டுகின்றேன்.

- மகாமகோபாத்தியாய டாக்டர் உ. வே. சுவாமிநாத ஐயர்

தமிழில் பல அழகிய புத்தகங்களை வெளியிட்டுவரும் அல்லயன்ஸாருக்கு நன்றி செலுத்தி அவர்களைத் தமிழ் மக்கள் ஆதரிக்க வேண்டுகின்றேன்.

- சி. ராஜகோபாலாச்சாரி

உலக சிரேஷ்டர்களின் சரிதையை எழுதுவதும் படிப்பதும் நமக்கு நல்லதையே செய்யும். அறிவை ஊட்டுவதற்கு இதுபோன்ற நூல்கள் பேருதவியாக இருக்கும். அல்லயன்ஸ் கம்பெனியாரோ பல பெரியோர்களின் சரித்திரத்தை வெளியிட்டவர்கள். மக்கள் நன்மையைக் கருதி உயர்ந்த நூல்களை வெளியிடும் அல்லயன்ஸ் கம்பெனியாருக்கு தக்க ஆதரவு கிடைக்குமென நம்புகிறேன். வந்தே மாதரம்.

- எஸ். சத்தியமூர்த்தி

இம்மாதிரியான புத்தகங்களை நமது பள்ளிகளில் இருக்கும் மாணவர்களுக்குக் கொடுப்பது அவசியம். இவைகளின் வழியாக நமது இளைஞர்கள் தேச சேவையைச் செவ்வையாகக் கற்றுக் கொள்ளலாம். இதுபோன்ற நூல்களை வெளியிடும் அல்லயன்ஸ் கம்பெனியாருக்கு தமிழ்நாடு என்றும் கடமைப்பட்டுள்ளது.

- முன்னாள் மத்திய மந்திரி டாக்டர் ப. சுப்பராயன்

நம் நாட்டுக்கு ஏற்பட்ட தனிப்பெருஞ் செல்வம் அதற்குக் கிடைத்த தலைவர்கள் என்று சொல்லலாம். வேறு எந்த நாட்டிற்கும் கிடைக்காத தலைமை நமக்கு உண்டு. தக்க சமயம் பார்த்து அல்லயன்ஸ் கம்பெனியார் இதுபோன்ற தேசபக்தர் நூல்களை வெளியிடுவதை நான் பாராட்டுகின்றேன்.

- முன்னாள் முதலமைச்சர் எம். பக்தவத்சலம்

தற்போது அல்லயன்ஸ் கம்பெனியார் தமிழ் உலகத்திற்குத் தந்துள்ள இதுபோன்ற அரிய ஜீவிய சரித்திரம் உண்மையில் நமது நாட்டிற்கு படிப்பினையை பூர்வாங்கமேனும் அடைவதற்குப் பெரிதும் உபயோகமாக இருக்குமென்று நான் நிச்சயமாக நம்புகிறேன்.

- 'ஹிந்து' முன்னாள் ஆசிரியர் ஏ. அரங்கசாமி ஐயங்கார்

தலைவர்களின் வாழ்க்கைச் சரித்திரப் புத்தகங்கள் எந்த இலக்கியத்திலும் ஒரு முக்கிய அம்சமாகும். அல்லயன்ஸ் கம்பெனியார் மற்ற பிரசுரகர்த்தர்களைவிட அதிகமான வாழ்க்கைச் சரித்திரப் புத்தகங்களை வெளியிட்டு, இந்திய சுதந்திரப் போராட்டத்தை இதன் மூலம் ஊக்குவித்தனர்.

- 'தினமணி' முன்னாள் ஆசிரியர் ஏ.என். சிவராமன்

நமது பிற்கால சந்ததிகள் தெரிந்து கொள்ளுவதற்காகத் திறம்பட நமது பெரியோர்களின் சரிதைகளை சரியாக எழுதி வைக்கும் வழக்கம் நமது தேசத்தில் இல்லாமலிருந்து வருவது வருந்தத்தக்கதாகும். இந்தக் குறையைத் திறம்பட போக்கி வரும் அல்லயன்ஸ் கம்பெனியார் நமது பாராட்டுதலுக்கும் நன்றிக்கும் உரியவர்களாகிறார்கள்.

- ஆர்.கே. ஷண்முகம் செட்டியார்

தேச பக்தர்களின் நூல்களை மிகவும் உயர்ந்த முறையில் பிரசுரித்திருக்கிறார்கள்.

- ஆனந்த விகடன்

நல்ல புத்தகங்களை, தகுந்த ஆசிரியர்களைக் கொண்டு எழுதி வெளியிடும் தன்மையில் அல்லயன்ஸ் கம்பெனியார் சிறந்தவர்கள். இத்தகைய பொறுப்பும் பிரயோஜனமுமான வேலையை அல்லயன்ஸ் கம்பெனியார் மேலும் மேற்கொள்வார்களாக.

- குமரன் (பத்திரிகை)

அல்லயன்ஸ் கம்பெனியாரது ஊக்கம் மேன்மேலும் அதிகரிக்கும் வண்ணம் தமிழ் மக்கள் இதுபோன்ற தேசபக்தர்களின் புத்தகங்களுக்கு ஆதரவு அளிப்பார்கள் என நம்புகிறோம்.

- சுதேசமித்திரன்

மிகவும் சொற்ப விலையில் இப்புத்தகத்தை பிரசுரிக்க அல்லயன்ஸ் கம்பெனியார் முன்வந்திருக்கிறபடியால், அவர்களுடைய எதிர்கால தேசிய சேவைக்கு ஊக்கங் கொடுக்கும் விதத்தில், இப்புத்தகத்தைத் தமிழர்கள் ஏராளமாய் வாங்கி ஆதரிப்பார்களென்று நம்புகிறேன்.

- 'தினமணி' முன்னாள் ஆசிரியர் டி.எஸ். சொக்கலிங்கம்

The publishers have done a service to Tamil Nadu by publishing in Tamil the biography of one who was the foremost leader of Indian opinion in modern times - Mahatmaji - whose sacrifices and services in the cause of the country were unprecedented.

- The Hindu

We trust that the students and youth will make the best use of the Publication.

- The Indian Express

No library of modern literature will be complete, it can be safely affirmed, without the excellent books of The Alliance Company.

- The Free Press

The Alliance Co., that enterprising publishers of Madras deserves the thanks of all lovers of Tamil for the service to the language.

- Sunday Times

மயிலை அல்லயன்ஸ் கம்பெனியாரின் வெளியீட்டுத் திறத்தை ஈண்டு விரித்துக் கூறவேண்டியதில்லை. அதை நாடறியும். அவர்களால் வெளியிடப்பெற்ற நூல்கள் தமிழ் நாட்டுக்குப் பலவகைகளிலும் பயன் விளைத்து வருவது கண்கூடு. நாட்டு நலங்கருதி ஒழுங்கு முறையில் உழைக்கும் அவர்களுக்கு நாடு கடமைப்படுவதாக.

- திரு. வி. க.

அல்லயன்ஸார் யாதொரு இடையூற்றையும் பொருட்படுத்தாது சிறிதும் ஊக்கம் குன்றாது நடத்திவரும் இந்த நிறுவனத்தின் மூலம் ஈடு செய்ய முடியாத அளவிற்குத் தமிழிற்குச் செய்திருக்கும் தொண்டு மிகவும் வியந்து பாராட்டுதற்குரியது.

- பெ. நா. அப்புஸ்வாமி

Books Published by Alliance Co., are highly popular books.

- Rt. Hon'ble V. S. Srinivasa Sastri

கிரேஸி மோகன்

எழுதிய நூல்கள்...

அலாவுதீனும் 100 வாட்ஸ் பல்பும்

அன்புள்ள மாதுவிற்கு...!

பிவேர் ஆஃப் மாது

சாக்லேட் கிருஷ்ணா

கிரேஸி கோஸ்ட்

கிரேஸி கிஷ்கிந்தா

கீதா உபதேசம்

கூகுள் கடோத்கஜன்

ஜுராசிக் பேபி

மாது மிரண்டால்

மதில் மேல் மாது

மாது + 2

மேரேஜ் மேட் இன் சலூன்

மீசை ஆனாலும் மனைவி

மிடில் கிளாஸ் மர்டர்

ஒரு பேபியின் டைரிக் குறிப்பு...

ரிடர்ன் ஆஃப் கிரேஸி தீவ்ஸ்

ஸாடிலைட் சாமியார்

ஹனிமூன் கப்பிள்

ஹியர் இஸ் காசி

அய்யா...! அம்மா...! அம்மம்மா...!

கிரேஸியைக் கேளுங்கள் – 1

கிரேஸியைக் கேளுங்கள் – 2

கிரேஸியுடன் சிரியுங்கள் – 1

கிரேஸியுடன் சிரியுங்கள் – 2

மீசை ஆனாலும் மனைவி

காட்சி 1

மாதுவின் வீடு

(ஜானகி சுவாமி படங்களுக்குத் தீபாராதனை காட்டுகிறாள்)

டேப் குரல் : கௌஸல்யா சுப்ரஜா ராம பூர்வா
ஸந்த்யா ப்ரவர்த்ததே...

(ராமானுஜம் வந்து chairல் அமர்ந்து...)

ராமா : அப்பனே! வெங்கடாசலபதி! எல்லாம் நல்லபடியா நடக்க அருள் புரிப்பா... அம்மா... ஜானகி... சாமி கிட்ட இன்னிக்கென்ன specialஆ வேண்டிக்கற...? என்ன விசேஷம்...

ஜானகி : அண்ணா, இன்னிக்கு என்ன தேதி? April 13, புது வருஷம் பொறக்கிறது இல்லியா?

ராமா : ஆமாம். சித்திரை மாசம் பொறக்கறது... புது வருஷம்... ஜானகி வெங்கடாஜலபதிகிட்ட வேண்டிக்கறச்சே உனக்கும் உன் புருஷன் மாதுவுக்கும் மட்டும் வேண்டிக்கிட்டு, என்னை மறந்துடாதம்மா... நான் யாரு? உன் கூடப் பொறந்த அண்ணன்மா... உன்னைத் தோள்ல தூக்கி வளர்த்தவன்... உன் கல்யாணத்தின் போது, உனக்குப் பொரியிட்ட சகோதரன்... எனக்கும் சேர்த்து வேண்டிக்கம்மா...

மாது : மச்சான் உங்களுக்கு அறிவில்லை... இருங்க இருங்க... ஏதாவது வேண்டிக்கணும்னா போய் வேண்டிக்கறது... அத்த வுட்டுட்டு, ஜானகி

வேண்டிக்கம்மா... நான் யாரு உங்கண்ணன்... உன் கல்யாணத்துல பொரி போட்டவன்... நான் செத்தா, நீயும் உன் புருஷனும் தாம்மா அரிசி போடணும்... பத்து அன்னிக்குப் பால் ஊத்தணும்னு ஜானகி யோட என்ன டயலாக்? பெரிய பாசமலர் சிவாஜி, சாவித்திரி.

ராமா : அட புது வருஷம் பொறந்துருக்கு... எனக்காக வெங்கடாஜலபதிகிட்ட வேண்டிக்கன்னு என் தங்கை கிட்ட கேட்டேன், தப்பா...?

மாது : சரி! அப்படியே வேண்டிக்கிட்டாலும் என்னன்னு உங்களுக்காக வேண்டிக்கறது? ஏதோ Office, கீபீஸ் போறவரா இருந்தா Promotionனுக்காக வேண்டிக் கலாம்... ஒண்ணும் கிடையாது. உங்க தங்கையை எனக்குக் கட்டி வச்ச கையோடு கிராமத்துலேந்து நேரே இங்க வந்து, என் Office quartersலயே settle ஆயிட்டீங்க... வேளா வேளைக்கு, சாப்பாடு, காபி, டிபன்... வெங்கடாஜலபதியை disturb பண்ணற அளவுக்கு என்ன பிரச்சனை உங்களுக்கு?

ராமா : மாப்பிள்ளை... கல்யாணமாகாம இப்படி வாழா வெட்டியா இருக்கேனே, இது பிரச்சனையா படலே?

மாது : ஓங்கி இடிப்பேன். 47 வயசாறது உங்களுக்கு; இந்த வயசுல ஒரு பொண்ணை நீங்க கட்டிண்டா, கல்யாணம் இல்லை... அது Eve Teasing. உங்க ஒடம்பு இருக்கிற இருப்புக்கு ஒழுங்கா உங்களால பெண் பார்க்கக் கூட வர முடியலை... போன மாசம்டி ஜானகி... மாம்பலத்துல ஒரு flatல இவரைப் பெண் பார்க்க அழைச்சிண்டு போனேன். பொண் வீடு 5வது மாடில; Flatல lift கிடையாது. படி ஏறினோம். 3வது மாடில உங்கண்ணன் அம்பேல்... ஜல்லிக்கட்டு காளை மாதிரி நுரை தப்ப படில உக்காண்டுட்டார்... Flatல உங்கண்ணன் Flat!

ஜானகி : அப்புறம்...

மாது : அப்புறம் என்ன? பொண்ணை இறங்கி வரச் சொல்லி, படிக்கட்டுல உக்கார வச்சு, உங்கண்ணன் பொண் பார்த்தார்... இந்த அழகுல, வயசு தெரியக் கூடாதுங்கறதுக்காக, Styleஆ தன்னோட சோடா பாட்டில் கண்ணாடியை வேற மறந்துட்டார்... படிக்கட்டு குறுகலா... பெண் வீட்டுக்காரங்க அடைஞ்சுண்டு உக்காண்டு வந்தாங்க... அந்தக் கும்பல்ல அவர் கண்ணு தெரியாம பொண்ணுன்னு நினைச்சு... பொண்ணோட அம்மாகிட்ட பாடத் தெரியுமா, ஆடத் தெரியுமான்னு கேக்க... அந்த மாமியும் கிழ மாப்பிள்ளை கேக்கறான்னு, கீச்சுக் குரல்ல பாட, பொண்ணோட அப்பா, நீ ஏண்டி பாடறேன்னு கத்த, ஒரே ரகளை... ஓடி வந்தா போதும்னு ஆயுடுத்து...

ஜானகி : சும்மா இருங்க... எனக்குக் கல்யாணம் ஆனப்பறமா தான், தான் பண்ணிப்பேன்னு இருந்ததுல, பாவம்... அண்ணாவுக்கு வயசு ஓடிப் போச்சு... கல்யாண வயசு தட்டிப் போயிருச்சு...

மாது : அதெல்லாம் ஒண்ணுமில்லை. உங்கண்ணன் சின்ன வயசு போட்டோ உள்ள இருக்கு பாரு... இதே கிழ மூஞ்சிதான்... பொறக்கறச்சேவே இவருக்குக் கல்யாண வயசு தள்ளப் போயிடுச்சு...

ஜானகி : அண்ணா! கவலைப்படாத. நான் இப்ப வெங்கடாஜலபதிகிட்ட வேண்டிக்கிட்டதே உனக்காகத்தான்... இந்தப் புது வருஷத்திலயானா, எங்கண்ணன் ராமானுஜத்துக்கு வழி பொறக்க அருள் புரிப்பான்னு வேண்டிக்கிட்டேன். உனக்குக் கல்யாணம் ஆச்சுனா, உன்னைத் திருப்பதிக்கு அழைச்சிண்டு போய், உனக்கு மொட்டை போடறதா வேண்டிக்கிட்டு இருக்கேன்...

மாது : இவருக்கு மொட்டை போட எதுக்கு திருப்பதிக்குப் போகணும்? ஒரு வருஷம் போச்சுன்னா, இருக் கற வழுக்கைக்கு இருந்த எடத்துலயே மொட்டை யாயிடும்.

ராமா : ஜானகி, உன் புருஷன் மாது இருக்கறவரை

எனக்குக் கல்யாணம் ஆகாது... பின்ன என்னம்மா? போன வாரம் இப்படித்தான் பெண் பார்க்கப் போன எடத்துல, மாப்பிள்ளை என்னைப் பேச வுடாம, முந்திரிக் கொட்டையாட்டம், அந்தப் பொண்ணைப் பாத்து, உனக்குப் பாடத் தெரியுமா, ஆடத் தெரியுமான்னு கேட்டதுல, பொண்ணு வீட்டுக்காரங்க, உன் புருஷன்தான் பெண் பார்க்க வந்த பையன்னு நெனச்சுட்டாங்க... கடைசில நான்தான் பையன்னு தெரிஞ்சவுடனே அவங்களுக்குச் சப்புனு ஆயிடுத்து...

ஜானகி : நீங்க ஏன் அனாவசியமா அங்க பேசறேள்?

மாது : ஆமா, உங்கண்ணனைப் பேச விட்டா, பொண் ணுன்னு நினைச்சு, கரெக்டா குறி பாத்து, பொண் ணோட அம்மா, பாட்டி இவுங்ககிட்ட ஜொள்ளு சொட்ட ஏடாகூடமான்னா பேசறார்?

ராமா : அட போம்மா, பொண்ணு வீட்டுக்காரர் கிட்ட என்னை Introduce பண்ணறச்சே, இது என் Wifeவோட Brother; ஆனா, அப்பா மாதிரிங்கறார்... அத்தனை பேரும் என்னை ஏ, கிழவங்கறா மாதிரி பாத்தாங்க. பொண் பார்க்க வந்த பையனை அப்பா மாதிரின்னு சொல்லலாமா? அத்தோட விட்டா பரவாயில்லையே, என் நாக்குல அன்னிக்குச் சனி. உன் புருஷன்கிட்ட சொன்னேன். மாப்பிள்ளே! வழக்கம் போல வாயைத் தொறந்தா, பொய்யா கொட்டுவீங்களே... அது மாதிரி ஏதானா பொய், கிய் சொல்லி, இந்த வரனை Spoil பண்ணிடாதீங்கன்னேன்... கவலையேபடாத மச்சான் இன்னிக்குப் பேசப் போறது எல்லாமே சத்தியம்னுட்டு...

ஜானகி : என்ன சொல்லித் தொலைச்சேள்?

மாது : பொய் சொல்லாதேன்றார். பெண்ணோட அப்பா பையனைப் பத்தி ஏதாவது சொல்லச் சொன்னார். அதான், இது மாதிரி மச்சானுக்கு முதுகுக்குப் பின்னாடி மாங்காய் Sizeக்கு தேமல் உண்டு. ஆனா கவலைப்பட வேணாம்; தொத்து வியாதி

இல்லைன்னேன். அப்பறம் வாய்ல சொத்தைன்னு இரண்டு கடைவாய்ப் பல்லைப் பிடுங்கினதைச் சொன்னேன்; சேத்துப் புண்ணுக்காக உங்கண்ணன் டெய்லி ஜாலிம் லோஷன் தடவிக்கறதைச் சொன்னேன். தீபாவளிக்கு நீங்க மோதிரம் சுண்டு விரல்ல போட்டுடுங்க... ஏன்னா, இவருக்கு நாலு விரல்லேயும் அடிக்கடி நகச்சுத்து வரும்னேன்; அப்புறம் தலைக்குக் குளிச்சா தாறுமாறா தும்முவார். விருந்து சாப்பிட்டா விடாம ஏப்பம் விடுவார். தூக்கத்துல குறட்டை விடுவார்... ஆனா சத்தத்துக்கு கொசு வராதுன்னேன்... தப்பா?

ராமா : என்னோட வியாதிகளைப் படம் வரைஞ்ச, பாகங் களைக் குறிச்சிருக்கார்... பொண் பார்க்கப் போன எடத்துல... இப்படியா சொல்லுவாங்க?

மாது : உங்கண்ணனைப் பத்தி, நான் சொன்ன உண்மை களைக் கேட்டதும், பொண்ணோட அப்பன் பயந்துட்டான். ராமானுஜம் என் பொண்ணை யாருக்கானா ரெண்டாந்தாரமா கூட நான் கட்டி வக்கத் தயார்... ஆனா, உமக்குக் கட்டி வச்சா கல்யாணமான அடுத்த வருஷமே ரெண்டாந்தாரமா வேற யாருக்கானா கட்டி வக்க வேண்டி வரும்... வுட்டுடுன்னுட்டார்.

ராமா : ஜானகி, ஆரம்பத்துல உனக்குக் கல்யாணம் பண்ணி வைக்க Wait பண்ணினதுல, என் கல்யாணம் தள்ளிப் போச்சு; இப்ப உனக்குக் கல்யாணம் பண்ணி, மாது மாதிரி மாப்பிள்ளை கிடைச்சதுல, என் கல்யாணம் நடக்காமயே போயிண்டுருக்கு...

ஜானகி : பொண் பார்க்கப் போன எடத்துல இப்படியா பேச றது... கஷ்டம்... (உள்ளே Exit)

மாது : உண்மையைச் சொன்னேன், தப்பா... வம்பாப் போச்சே... காரியம் நடக்கறதுக்காக பொய் பேசினா எப்பப் பாரு பொய் பேசறாங்கறீங்க... சரின்னு உண்மையைப் பேசினா ஏன் இப்படிப் பேசினீங்கங்கறீங்க...

(ஜானகி வந்து... டம்ளர்களில் பாயசம் தந்து)

ஜானகி : இந்தாங்கோ... இந்தாண்ணா...

மாது : (குடித்து...) அய்யய்யோ என்ன ஜானகி? காப்பி பாயஸமாட்டம் இருக்கு...

ஜானகி : கஷ்டம்... இது காப்பி இல்லை, பாயஸமேதான்... புது வருஷம்னு பண்ணினேன்...

மாது : பாயஸமா? எதைத் தந்தாலும் இனிமே பேரைச் சொல்லித் தாடி... நான் காபிதான் பாயஸம் மாதிரி இருக்குன்னு நெனச்சுட்டேன்.

ஜானகி : சர்க்கரை ஜாஸ்தியாயிருக்கும்... எப்படி இருக் குண்ணா?

ராமா : மொதல்ல மாப்பிள்ளை மாதிரி காபின்னு நெனைச் சுக் குடிச்சேன்... பாயசம் மாதிரி இருந்தது... இப்ப பாயசம்னு தெரிஞ்சு குடிச்சா காபி மாதிரி கசக் கறது... இது காப்பினா சர்க்கரை ஜாஸ்தி, பாயஸம்னா சர்க்கரை கம்மி.

மாது : ரெண்டு உப்பு போட்டா, ரஸம்னு கூடச் சொல்ல லாம்.

ராமா : மொத்தத்துல இது உம் புருஷன் மாது மாதிரி... உண்மை பேசறார்னு நம்பிப் போனா... அத்தனையும் பொய்யா இருக்கும்; பொய்தான் சொல்லுவார்னு நம்பினா, அன்னிக்குப் பார்த்து, அரிச்சந்த்ரனாட்டம் நெஜம் சொல்லி, நம்மைக் கழுத்தை அறுத்துடறார் மனுஷன்...

ஜானகி : கவலையே படாத... உம் மாப்பிள்ளை இனிமே பொய்யே சொல்ல மாட்டார்...

ராமா : எப்படிச் சொல்ற?

ஜானகி : நீ அப்பத் தூங்கிண்டுருந்தே... ஜானகி புது வருஷத்துல சத்தியம் பண்றேன்... நான் இனிமே பொய் சொல்ல மாட்டேன்னு தலைல அடிச்சுச் சத்தியம் பண்ணினார்... என்னன்னா?

மாது : ஆமாம்.

ராமா : ஜானகி நீ சின்னப் பொண்ணு... மாப்பிள்ளை

ஏமாத்திடுவார். மாப்பிள்ளை அதே சத்தியத்தை என் தலைல அடிச்சுப் பண்ணுங்க. அப்பதான் நம்புவேன்...

மாது : மச்சான் நீ அப்ப தூங்கிண்டிருந்த... நான் அடிச்சுச் சத்தியம் பண்ணினதே உன் தலைலதான். Sorry.

ராமா : பரவாயில்லை மாப்பிள்ளை; நீங்க என் தலைல குட்டினாகூடத் தப்பில்லை; பொய் சொல்லாம இருந்தா போதும்; பொய்ங்கறது தொத்து வியாதி மாதிரி பரவும். சொன்ன பொய்யைக் காப்பாத்த றதுக்கு மேலும் சொல்லிண்டே போக வேண்டி வரும்.

ஜானகி : சரி! அதான் பொய் சொல்ல மாட்டேன்னு சத்தியம் பண்ணியிருக்காரே - நீ போய் குளிச்சுட்டு சாப்பிடற வழியைப் பாரு...

மாது : ஆமாம் மச்சான்! இன்னிக்கு ஜானகியை மாட்னி ஷோ சினிமாக்கு அழைச்சிண்டு போறதா சத்தியம் பண்ணியிருக்கேன்; Sorry.

ராமா : எதுக்கு Sorry?

மாது : இந்தச் சத்தியத்தையும் உங்க தலைல அடிச்சுத்தான் பண்ணேன். நீங்க அப்ப தூங்கிண்டிருந்தீங்க...

ராமா : என் தலைல அடிச்சீங்களா? இனிமே Helmet போட்டுண்டுதான் தூங்கணும். மாப்பிள்ளை, நீங்க பொய் சொல்றதே தேவலாம் போலிருக்கு; நீங்க அடிச்சு அடிச்சு சத்தியம் பண்ணியே என் தலை சொட்டையாயிடுத்து.

மாது : அது வந்து... உங்கண்ணன் தலை... நல்லா அடிச்சு சத்தியம் பண்ண Court குமாஸ்தா கைல இருக்கற புஸ்தகம் மாதிரி வாகா இருக்கு...

ராமா : ஆமா... சினிமாங்கறீங்க... மாட்னி ஷோங்கறீங்க; அப்ப Office?

மாது : Office leave; புது வருஷம் இல்லியா? மானேஜர் லீவு வுட்டுட்டார்; என்ன அப்படிப் பார்க்கறீங்க? பொய் இல்லை. நம்பிக்கையில்லேன்னா கிட்ட வாங்க, தலைல அடிச்சு சத்தியம் பண்ணறேன்.

ராமா : நான் உங்களை நம்பறேன்...

(மாது உள்ளே Exit; காலிங் பெல் சத்தம்; சீனு Entry)

சீனு : புத்தாண்டு வாழ்த்துக்கள் சார்...

ராமா : வாடா... மாப்பிள்ளை, உங்க Office friend மீசை சீனு வந்துருக்கான்.

சீனு : சார்! வெறுமனே சீனுன்னு சொல்லுங்க சார்... என்னது எப்பப் பாரு மீசை சீனு, மீசை சீனுங் கறீங்க...?

ராமா : நீ இந்தக் கண்றாவி மீசையை வழிச்சு எறியற வரை உன்னை மீசை சீனுன்னுதான் கூப்பிடுவேன். மீசைன்னா ஏதோ சின்னதா வச்சுப்பாங்க... எழவு 7, 8 பேர் மீசையை நீ ஒருத்தனே வச்சிண்டிருக்கியே.

மாது : (வந்து) வாடா சீனு...

சீனு : என்னப்பா மாது... Enjoying leave Holidayவா...

ராமா : அது என்ன Leave Holiday...

மாது : அது... சீனு வாயேன்; வெளில போய்ப் பேசிக்கலாம்.

ராமா : இருங்க மாப்பிள்ளை... சீனு ஒரு விஷயம் தெரியுமா? உன் Friend புது வருஷத்துலேருந்து பொய் சொல்றதில்லைன்னு சத்தியம் பண்ணியிருக்கார். நீயும் புது வருஷத்துல மீசை வச்சுக்கறதில்லைன்னு முடிவு பண்ணிடு; பூச்சாண்டி மாதிரி இருக்கு; புது வருஷத்துல நல்ல காரியமா இந்தச் சனியனை எடுத்துத் தொலை; இன்னிக்கு லீவுதானே? சலூனுக்குப் போய் எடுத்துடு...

சீனு : எவன் சொன்னான் இன்னிக்கு லீவுன்னு...

ராமா : மாதுதான்...

மாது : அய்யோ... அவன் இன்னிக்கு சலூன் லீவு இல்லை, உண்டுங்கறான்...

சீனு : ஏன் வாத்யாரே? செவ்வாய்க்கிழமைதானே சலூன் லீவு?

மாது : கரெக்ட்... சலூன் செவ்வாய்க்கிழமை லீவு; Office ஞாயிற்றுக்கிழமைதான் லீவு.

சீனு : இன்னிக்கு வியாழக்கிழமையாச்சே - Office, Saloon ரெண்டும் உண்டு...

ராமா : என்ன சொல்றான்?

மாது : உளர்றான்... நம்ப officeல ஏதுடா Saloon; நீ வாயேன்.

சீனு : அய்யோ! என்ன குழப்பம் இது? தலை மயிரை பிச்சுக்கலாம் போல இருக்கு...

ராமா : தலை மயிர் நல்லா இருக்கு; அந்த மீசையைப் பிச்சுக்கோயேன், சலூனுக்குப் போய்; கண்றாவியா இருக்கு.

சீனு : உயிரை வாங்காத வாத்யாரே.. மாது ஒரு 20 ரூபா பணம் வெட்டு...

மாது : சலூனுக்குப் போய் மீசை எடுக்க 20 ரூபாயா?

சீனு : மறுபடி மறுபடி மச்சானும் மாப்பிள்ளையும் என் மீசைக்கே வர்றீங்களே? Wifeவோட மாட்னி show cinema போக வேணாம்? டிக்கெட் 2 வாங்கச் சொல்லிட்ட... டிக்கெட்டுக்கு 20 ரூபா எவன் தருவான்?

மாது : அந்த 20 ரூபாவா... நான் தரேன்... வா...

ராமா : சீனு, நீ சினிமா போகலே?

சீனு : எப்படிய்யா போக முடியும்? நான் சினிமா போயிட்டா, எவன் Office போவான்?

ராமா : ஆபீஸ் லீவாச்சே...

சீனு : எவன் சொன்னான்?

ராமா : மாப்பிள்ளைதான்... புது வருஷத்துக்கு மானேஜர் லீவு வுட்டுருக்கார்னு சொன்னாரே... நீ அதே officeல peon... உனக்கு மட்டும் எப்படி Office உண்டு?

சீனு : மாது, என்னப்பா?

மாது : அது... அ... மச்சான்... நான் Accountant; சீனு Peon. இன்னிக்குப் புது வருஷத்துல... மானேஜ்மெண்ட் Staffக்கு லீவு. சீனு மாதிரி Union ஆளுங்களுக்கு-Workersக்கு Office உண்டு. இதுதான் management அராஜகம்கறது. சீனு, இதை எதிர்த்து நீ Strike பண்ணுடா...

ராமா : உங்க Officeல மொத்தம் இருக்கறதே நீங்க, சீனு, உங்க மானேஜர், Watchman, 4, 5 பேர்தான். இதுல Management Staff, Union Staffஆ... யார்கிட்ட காது குத்தறீங்க? ஜானகி, புது வருஷத்துல உன் புருஷனோட மொதல் 'பொய்'.

ஜானகி : என்னன்னா? பொய் சொல்ல மாட்டேன்னுட்டு மறுபடி ஆரம்பிச்சுட்டேளே?

மாது : ஜானகி, புது வருஷத்துல பொய் சொல்ல மாட்டேன். Office லீவுங்கற பொய்யை நான் நேத்திக்கே உங்கிட்ட சொல்லியாச்சு... இந்த வருஷ Accountல வராது...

சீனு : நான் போகலாமா?

மாது : பீடை... நீ இன்னுமா இருக்கே... போய்த் தொலை யலை... வந்ததே தப்பு; போகலாமான்னு என்ன கேள்வி?

சீனு : ஆளை விட்டா போதும்; நான் வரேன் சார்.

ராமா : சீனு, நீயானா நான் சொன்னபடி அந்த மீசையை எடுத்துடுடா.

சீனு : சார்! நீ நெனைக்கறா மாதிரி இது Styleக்கு வச்ச மீசை இல்லை; சாமிக்காக வச்ச மீசை.

ராமா : சாமிக்கு வச்ச மீசையா?

சீனு : ஆ! எங்க ஊர் குல தெய்வம் கிருதா அங்காள கொடுவாள் மீசையப்பர்னு ஒரு சாமி இருக்கு. அதுக்கு வேண்டிக்கினு வச்சேன்.

ராமா : புது வேண்டுதலா இருக்கு...

மாது : அது ஒரு பெரிய கதை மச்சான்... சீனு Familyல ஒரு

Problem. இந்த ஆண் பெண்ணாக மாறினார்ன்னு கேள்விப்பட்டிருக்கீங்களா?

ராமா : ம்...

மாது : அதான் இங்க family problem; Hereditary problem. அடிக்கடி எவனானா இங்க familyல சொல்லாம கொள்ளாம பொம்பளையா மாறிடுவான்... Recentஆ கூட இவனோட சித்தப்பா சித்தியாயிட்டார்...

ராமா : சித்தப்பா சித்தியாயிட்டாரா...!?

சீனு : அட! என்ன வாத்யார் மப்பாகிற... சித்தப்பா பொம்பளையாயிட்டா... அப்புறம் எப்படி சித்தப்பா - சித்திதானே...?

ராமா : அப்ப ஏற்கெனவே சித்தப்பா Wife சித்தி ஒருத்தி இருப்பாளே...

மாது : இப்ப சீனுக்கு 2 சித்தி - ஒண்ணு original; பொம்பளை சித்தி... இப்ப பொம்பளையா மாறின சித்தப்பா சித்தி... சீனு இப்ப இவரை சித்திப்பான்னு கூப்பிடறான்.

சீனு : பாவம் எங்க Original சித்தி நல்லவங்க... ஏற்கெனவே பொம்பளையா மார்றதுக்கு முந்தி எங்க சித்தப்பா சரியான தத்தி. கல்லானாலும் கணவன்; புல்லானாலும் புருஷன்னு எங்க சித்தி பொறுத்துக்கிட்டிருந்தாங்க... இப்ப பாவம் பொம்பளையாயிட்ட சித்தப்பாவைப் பொண்ணானாலும் புருஷன்னு பொறுத்துக்கிட்டிருக்காங்க.

மாது : இதுல ஒரு கஷ்டம் என்னன்னா... பொம்பளையா மாறின சித்தப்பாக்கு பழக்கம்லாம் அப்படியேதான் இருக்கு... பழையபடி ஒரு நாளைக்கு 2 பாக்கெட் தம் அடிக்கறார்; பொம்பளை சிகரெட் புடிக்கக் கூடாது. இவர் பொம்பளையா மாறின ஆம்பிளை; அல்லாடறார்...

சீனு : அட மாறினதுதான் மாறினார். சின்ன வயசுல மாறியிருந்தாலும் பரவாயில்லை... adjust பண்ணிக் கலாம்... சித்தப்பா பொம்பளையா மார்றச்சே

அவருடைய வயசு 40; இதுநாள் வரை வாங்கின pant, shirt வேஷ்டியெல்லாம் waste. இப்ப புதுசா புடவை ஜாக்கெட்னு 1000 ரூபாய்க்கு ஜவுளி எடுத்துருக்கு... சித்தப்பா நல்லா 6 1/2 அடி உயரம்; தாட்டியா தாராசிங் கணக்கா இருப்பார். அவர் sizeக்குப் புடவை கிடைக்கலை. எந்தப் புடவை கட்டினாலும் சித்தப்பா கொஞ்சம் மீதி இருக்கார்...

ராமா : என்ன கண்றாவிடா இது... தினத்தந்தில படிச்சிருக்கேன். ஆண் பெண்ணாக மாறினான்னு... கண்ணன் கண்ணம்மாவானான்; கருப்பண்ணன் கருப்பாயி யாயினான்னு.

மாது : நீங்க படிச்ச பாதி பேர் சீனு Familyய சேர்ந்தவங்கதான். கருப்பண்ணன் கருப்பாயியானான்னு சொன்னியே, அது சீனுவோட தாத்தா; 80 வயசுல பாட்டியாயிட்டார்; சாவறதுக்கு ஒரு வருஷம் முன்னாடி பொம்பளையாயிட்டார்; 80 வயசு வரை சுறுசுறுப்பான ஆம்பளையா இருந்தவர், பாவம் சாவறச்சே பூவும் பொட்டுமா சுமங்கலியா செத்து இருக்கார்.

ராமா : சரி! அதுக்கும் உன் மீசைக்கும் என்ன சம்பந்தம்?

சீனு : எங்க சித்தப்பா, தாத்தாவுக்கு ஆன மாதிரி ஆயிடக் கூடாதேன்னு எங்கப்பா எங்க குல தெய்வம் 'கிருதா அங்காள கொடுவாள் மீசையப்பர்' கிட்ட வேண்டிக்கிட்டார்; எனக்கு வச்ச மீசையை எடுக்கற தில்லைன்னு. அதான் மீசை; இதை நான் Trimகூட பண்ணதில்லைன்னா பார்த்துக்கோயேன்...

ராமா : இதை எடுத்தா நீ பொம்பளையாயிடுவியா?

மாது : ஆகலாம்; அப்படி ஆயிட்டா அப்புறம் சீனுவோட life என்னாறது... பொண்ணாக மாறிய இவனை எவன் கட்டிப்பான்? ஒண்ணு பண்ணலாம். நீங்க வேணா கல்யாணம் பண்ணிக்கலாம். உங்களுக்கும்

இந்த மாதிரி பெண்ணாக மாறிய ஆண் கிடைச்சு கல்யாணமானாதான் உண்டு...

ராமா : ஆமாம்! உங்க Familyல ஆணாக மாறிய பெண் கிடையாதா?

மாது : அந்த problem இவங்க familyல கிடையாது. எல்லா பொம்பளைங்களுமே கிட்டத்தட்ட ஆம்பளை மாதிரிதான் இருப்பாங்க...

(ஜானகி வந்து)

ஜானகி : இந்தாங்கோ... சீனு...(டம்ளர் தர)

சீனு : என்னம்மா புது வருஷம் அதுவுமா டக்கரா பாயஸம் தருவேன்னு பாத்தா... அத்த விட்டுட்டு இப்படிக் காபி தர்றியே...

ஜானகி : அய்யோ... இது காபி இல்லை... பால் பாயசம்...

சீனு : புருஷன் மாதிரி பொய் சொல்றியே... மாது, நீ சாப் பிட்டுப் பாத்துச் சொல்லு, இது காபியா, பாயஸ மான்னு?

மாது : ஏற்கெனவே நாங்க குடிச்சுப் பார்த்தாச்சு... இது பொண்ணாக மாறிய ஆண் மாதிரி, காபியாக மாறிய பாயஸம்...

ஜானகி : என்ன உளர்றேள்... இது பால் பாயஸம்...

சீனு : உனக்காகப் பாயஸம்னு ஒத்துக்கறேன்... ஆனா... நீ சொன்ன மாதிரி பால் பாயஸம் இல்லை... வேணும்னா டிகாக்ஷன் பாயஸம்னு சொல்லலாம்...

ஜானகி : அண்ணா, குளிக்கற வழியைப் பாரு... எனக்குத் தலைக்கு மேலே வேலை இருக்கு... சினிமாவுக்கு வேற போகணும்...

ராமா : வரேண்டா சீனு... மாப்பிள்ளை, புது வருஷம் ஆபீஸ் லீவுங்கற பொய்யோட நிறுத்திக்குங்க... மேற்கொண்டு பொய் சொல்லாதீங்க... பொய்ங்கறது தொத்து வியாதி மாதிரி பரவும்... ஜாக்கிரதை...

மாது : நீ போயேண்டா... (சீனுவைத் தள்ள)

ராமா : ஒரு நிமிஷம் சீனு. மானேஜர் மாப்பிள்ளையை இன்னிக்கு ஏன் லீவுன்னு கேட்டிருப்பாரே... காரணம் சொன்னியோ?

சீனு : என்ன வாத்யாரே... சொல்லவா...

ஜானகி : மறுபடி இன்னொரு பொய்யா?

மாது : புது வருஷமா அதுவுமா... குடும்பத்தைப் பிரிச்சு டுவே போலிருக்கே... போடா...

ராமா : சொல்லு... என்ன காரணம் சொன்னே?

சீனு : மாது சொல்லச் சொன்னதைச் சொன்னேன். இந்த மாதிரி மாது வூட்டுல பெண் பார்க்க வராங்களாம். அதான் லீவுன்னு சொன்னேன்.

ராமா : பொண் பார்க்கவா... இந்த வீட்டுல உள்ள ஒரே பொண்ணு ஜானகி... அவளை ஏற்கெனவே நீங்க பொண் பார்த்துக் கல்யாணம் பண்ணிண்டாச்சு... வேற யாரு பொண்ணு...?

சீனு : சொல்லவா?

மாது : சொல்லித் தொலை.

சீனு : மாதுவோட தங்கையைப் பெண் பார்க்க வர்றதா சொல்லச் சொன்னான்.

ஜானகி : இவரோட தங்கையா? ஏதுன்னா உங்களுக்குத் தங்கை?

மாது : அட! பொய்தாண்டி. அப்ப டக்குனு தோணித்து, தங்கைன்னு சொல்லிட்டேன்.

ராமா : என்ன மாப்பிள்ளை? ஒரு சின்ன அற்ப விஷயம் Officeக்கு ஒரு நாள் லீவு... இதுக்கு இப்படியா பொய் சொல்லுவாங்க... தங்கையைப் பொண் பார்க்க வர்றதா... ஏதோ இந்த மட்டும் நான் செத்துப் போய்ட்டதா சொல்லாம இருந்தீங்களே...

மாது : Infact மொதல்ல அதான் சொல்லலாம்னு இருந் தேன். ஒரு நாள் லீவுக்கு Waste பண்ண வேணாம். பெரிய லீவுக்கு வச்சுக்கலாம்னு வுட்டுட்டேன்...

ஜானகி : அப்ப, புது வருஷம் சத்தியம்... அவ்வளவுதானா?

மாது : இல்லியே, அது அப்படியே இருக்கு... தங்கையைப் பெண் பார்க்க வர்றதா... பொய் நான் சொல்ல லையே... சீனுதானே சொன்னான். So, இதுவும் Accountல வராது...

ஜானகி : சே... வெறுத்துப் போச்சு... நீ போய் குளிண்ணா... அப்படியே இவர் பண்ணின சத்தியத்துக்கும் சேர்த்துத் தலைமுழுகு (Exit).

ராமா : மாப்பிள்ளை... நல்லபடியா நடந்துக்குங்க. இப்ப நீங்க சொன்ன பொய் உங்க மானேஜருக்குத் தெரிஞ்சு வச்சுதுன்னா என்ன ஆகும்? யோசிச்சுப் பாருங்க...

சீனு : ஒண்ணும் ஆகாது... என்ன மிஞ்சி மிஞ்சிப் போனா உன் மாப்பிள்ளைக்கு வேலை பூடும்...

மாது : சும்மா இரேண்டா... நீங்க போங்க மச்சான்... Wife ஆசையா சினிமா போகணும்னா... அதுக்காக Office லீவு போட பொய் சொன்னேன். தப்பில்லையே, நல்ல விஷயத்துக்குப் பொய் சொல்லலாம்னு திருவள்ளுவரே சொல்லியிருக்காரே...

(ராமானுஜம் Exit)

எம் மச்சானும் பொண்டாட்டியும் அனாவசியமா பயப்படறாங்க... என்ன என் தங்கையைப் பொண் பாக்கறாங்களான்னு மானேஜர் தன் வேலையை யெல்லாம் வுட்டுட்டு வந்து பார்க்கவா போறார்?

சீனு : ஆமாம் வாத்யாரே...

மாது : என்ன?

சீனு : மனசை தேத்திக்க. நான் மானேஜர்கிட்ட Phoneல சொன்னப்போ... பெண் பார்க்கற functionல தானும் கலந்துக்கப் போறதா உங்கிட்ட சொல்லச் சொன் னார்...

மாது : அடப்பாவி, மானேஜர் வரப் போறாரா? இதை ஏண்டா அப்பவே சொல்லலை...

சீனு : வாத்யாரே, நீ யார்கிட்ட என்ன பொய் சொல்லியிருக்

கேன்னு எனக்கு எப்படித் தெரியும்? பேசவே பயமா இருக்கு வாத்யாரே.

மாது : இப்ப என்னடா பண்ணறது?

சீனு : ஏதானா பண்ணு. மானேஜர் வூட்டுக்கு வராம இருக்க ஏதானா வழி இருக்கா பாரு... நான் போய் சினிமா டிக்கெட் வாங்கியாந்துடறேன்... வர்றேன்.

மாது : மானேஜர் வீட்டு Telephone Number என்ன?

சீனு : 838631 All the best... வரேன்...

(Exit)

மாது : 838631 (Telephone Dial செய்ய)

மானே : (குரல்) Hello.

மாது : Sir, நான் மாது பேசறேன்...

மானே : சொல்லுப்பா... சீனு சொன்னான்... உன் தங்கை யைப் பொண் பார்க்க வர்றாங்களாமே. I am very glad...

மாது : சார், அது வந்து...

மானே : ஒண்ணும் Tension ஆகாத... நான் ஐந்து பொண்ணுக் குக் கல்யாணம் பண்ணவன்... நான் வந்துடறேன்... பொண் பாக்கறதுங்கறது மங்களகரமான விஷயம்... கல்யாண காரியம்... நீ யார் என் கீழ வேலை பாக்கற Staff... வுட்டுக் கொடுப்பேனோ... வந்து ஜமாய்ச்சுடறேன்... பிள்ளை வீட்டுக்காரங்க வரதட் சணை கேட்பாங்க. அதெல்லாம் சாமர்த்தியமா பேசி, சமாளிக்கணும். நான் இருக்கேன். Don't worry. என்ன பேசாம இருக்க... எதான யோசி க்கறியா?

மாது : ஒண்ணும் தோண மாட்டேங்குது சார். நீங்க வர வேண்டாம் சார்.

மானே : ஏன்?

மாது : தங்கையைப் பொண் பார்க்க வரதா சொன்னேன் இல்லையா? அது Cancel ஆயிடுத்து...

மானே : Cancel ஆயிடுத்தா?!

மாது : ஆமாம் சார்... வீட்டில் ஒரு அசம்பாவிதம்.

மானே : அசம்பாவிதம்னா...

மாது : அசம்பாவிதம்னா. (Receiver வாயைப் பொத்தி) என்ன சொல்றது... அ! சார்... வீட்டுல ஒரு Death நடந்துடுத்து...

மானே : What! Deathஆ! Ah! I am extremely sorry! யார் போயிட்டாங்க...

மாது : இது வந்து (Receiverரைப் பொத்தி) சட்னு தோண மாட்டேங்குதே... அ... என்னோட ஒண்ணு விட்ட மாமா சார்... ஊர்லேர்ந்து வந்துருந்தார். வந்த எடத்துல மண்டையைப் போட்டுட்டார்...

மானே : எப்படிச் செத்தார்?

மாது : இந்த மாடிப் படி ஏறச்சே, அவசரத்துல ஒண்ணு விட்ட மாமா, படியை ஒண்ணு விட்டு ஒண்ணு விட்டு ஏறினதுல... கால் Slip ஆயி கீழ விழுந்து மண்டைல ஊமைக் காயம் பட்டதுல உசிர் போய்டுத்து... அதான் நீங்க அனாவசியமா வர வேண்டாம்... பாவம் தங்கைய பெண் பாக்கறதுக்குக் கல்யாண காரியம் பாக்க வரதா இருந்தீங்க... பரவாயில்லை, அடுத்த தடவை பொண் பார்க்க வரச்சே அவசியம் கூப்பிடறேன்...

மானே : இல்லை மாது... நான் வரேன்...

மாது : சார் வீட்டுல Death. பொண் பார்க்கறது முடியாது... நீங்க வந்து பிரயோசனமில்லை.

மானே : அட! பொண் பார்க்கறத வுடுப்பா. நீ யாரு? என் கீழ வேலை பார்க்கற Staff. உன் சந்தோஷம் என் சந்தோஷம்னா உன் துக்கம் என் துக்கம்தான். கல் யாணத்தைக் கூட விட்டுக் கொடுக்கலாம். கரு மாதியை விடக் கூடாது. நீ பாவம் Tensionஆ இருப்பே... Funeral arrangements... Help வேணுமே... நான் வரேன்...

மாது : சார்...

மானே : வயசு என்னாறது?

மாது : 32 சார்.

மானே : உனக்கில்லையா? உன்னோட ஒண்ணு விட்ட மாமாவுக்கு...

மாது : அதெல்லாம் இன்னும் முடிவு பண்ணலை... நீங்க வர வேண்டாம் சார்.

மானே : Roughஆ... ஒரு 60 இருக்குமா...

மாது : 40லேர்ந்து 60 வரை மனசுல வச்சுக்கங்க சார்... (Receiverரை பொத்தியபடியே) என்ன பண்ணப் போறானோ...?

மானே : பேர் என்ன? உன் பேர் இல்லை... ஒண்ணு விட்ட மாமா பேர்...

மாது : பேர் சார்... இது... கோபால்சாமி...

மானே : Body வீட்டுலதானே இருக்கு...

மாது : யார் Body சார்?

மானே : கோபால்சாமி bodyய்யா!

மாது : வீட்டுல இருக்கு. சார் நீங்க வர வேணாமே சார்...

மானே : நீ சின்னப் பையன்... பேசாத... நான் வரேன்... ஆமாம்... துக்கம் விசாரிக்க உறவுக்காரங்க வந்துட் டாங்களா?

மாது : இல்லே! இனிமேதான் வரவழைக்கணும் சார்... ஒரு ரெண்டு மூணு பேர் துக்கம் விசாரிச்சா உங்களுக்குப் போதுமா... நான் இந்த கோபால்சாமி Deathஐ Simpleஆ முடிச்சுடலாம்னு பாக்கறேன்...

மானே : Bodyயைச் சுத்தி 'ஐஸ்'ஸ வை... 'ஐஸ்' கிடைக்குமா அங்க...

மாது : (Receiverரை பொத்தி) Bodyயே இன்னும் கிடைக்கலே. ஐஸுக்குப் போயிட்டார் (Phoneல் பேச) நான் adjust பண்ணிக்கறேன் சார்... கடைசியா சொல்றேன்... நீங்க வர வேணாமே ச ார்... சார்... வச்சுட்டார்... கோவிந்தா... 1/2 மணி நேரம் ஆகும் மானேஜர் வர்றதுக்கு. அதுக்குள்ள கோபால்சாமி, துக்கம் விசாரிக்க ரெண்டு பேர்

arrange பண்ணணும். சமயம் பார்த்து சீனுவை வேற வுட்டுட்டேன். ஜானகி, நான் ஒரு அவசர வேலையா வெளிய போய்ட்டு வரேன்... (Exit)

ஜானகி : (வந்து பார்த்து) அதுக்குள்ள போயாச்சா?

ராமா : (வந்து) மாப்பிள்ளை எங்க...?

ஜானகி : யாரோடயோ Phoneல பேசிண்டிருந்தார்... திடீர்னு அவசர வேலையா வெளில போறேன்னு சொல்லிட்டு, நான் வர்றதுக்குள்ள ஓடிட்டார். என்னண்ணா Dressலாம் அமர்க்களமா இருக்கு?

ராமா : உன் புருஷன் வெளில போனது நல்லதா போச்சு... இன்னிக்குக் கோயம்புத்தூர்லேந்து கோபால் சாமின்னு ஒருத்தர் வர்றதா சொல்லியிருக்கார். Hinduல என் ஜாதகத்தைப் போட்டு, பொண்ணு கேட்டு விளம்பரம் போட்டிருந்தேன். பதில் போட்டார். இன்னிக்குப் பொண்ணு Photoவோட வர்றதா சொல்லியிருக்கார். எனக்குப் பொண் பிடிச்சுடுத்துனா allianceஐ முடிச்சுடலாம்னு. உம் புருஷன் இருந்தா எதையானா பேசி குட்டையைக் குழப்புவார். மாப்பிள்ளை வர்றதுக்குள்ள கோயம் புத்தூர் கோபால்சாமி வந்துட்டா வசதியா இருக்கும். (காலிங் பெல் சத்தம்).

I think கோயம்புத்தூர் கோபால்சாமிதான்னு நெனைக்கறேன். நீ உள்ள போய் இந்த டம்ளரை வச்சுட்டு வா. Yes, come in.

(கோயமுத்தூர் கோபால்சாமி entry)

கோபால் : 5 சிவராமன் தெரு, மயிலாப்பூர்.

ராமா : இதுதான்... நீங்க...

கோபால் : கோயம்புத்தூர் கோபால்சாமி. ராமானுஜம்கறது...

ராமா : வாங்கோ வாங்கோ. I am Ramanujam. Please Sit down. என்ன பழம், பாக்கு, வெற்றிலையெல்லாம் கொண்டு வந்திருக்கேள்?

கோபால் : ஆமாம்... பொண்ணு Photoவும் கொண்டு வந்திருக்

கேன்... உங்களுக்குப் புடிச்சுடுத்துன்னா... பழம், வெத்திலை, பாக்கு மாத்திண்டுடலாம்... எனக்கு இந்த நட்சத்திரம், ஜாதகம் இதில் எல்லாம் நம்பிக்கை கிடையாது... இந்த சகுனத்துல மட்டும் Strongஆ நம்பிக்கை.

ராமா : (ஜானகியிடம் வந்து) கண்ணை தொடச்சுக்கோ... சகுனத்துல நம்பிக்கை உண்டாம். நீ அழறதைப் பார்த்து சகுனம் சரியில்லைன்னு போயிடப் போறார்...

கோபால் : அது யாரு?

ராமா : என் தங்கை... Husbandடோட Wife...

கோபால் : புரியலையே...

ராமா : அது என் தங்கை... At the same time என் மாப்பிள்ளையோட Wife...

கோபால் : ஓ! உங்க மாப்பிள்ளைக்கு ரெண்டாம் தாரமா உங்க தங்கையைத் தந்துருக்கேளா...

ராமா : No, No. Tensionல உளறிட்டேன்... என் தங்கை, இவ husbandஐ நான் மாப்பிள்ளைம்பேன்.

கோபால் : உங்க மாப்பிள்ளை எங்க... Office போயிருக்காரா...

ராமா : இல்லை, Office லீவு...

கோபால் : புது வருஷத்துக்கு லீவா...

ராமா : இல்லை... இவர் போட்டுருக்கார்... தங்கையைப் பொண் பார்க்க வர்றாங்க...

கோபால் : தங்கைன்னா... You mean இவங்களையா...

ராமா : நீங்க புள்ளை பார்க்க - I mean என்னைப் பார்க்க- வந்தீங்க இல்லையா...அதை வாய் தவறி தங்கையைப் பொண் பார்க்க வர்றதா சொல்லிட்டேன்... ஜானகி சாருக்கு எதானா கொண்டு வா... பொண்ணு Photo...?

கோபால் : (photo தந்து) புடிச்சுருக்குன்னா வெக்கப்படாம சொல்லிடுங்கோ... இப்பவே பாக்கு, வெற்றிலை மாத்திண்டுடலாம்...

ராமா : ஒரு நிமிஷம் என் தங்கையும் பார்த்துடட்டும்... ஜானகி photo பாரு...

ஜானகி : இந்தாங்கோ (டம்ளர் தருகிறாள்).

கோபால் : பார்த்துச் சொல்லும்மா... அண்ணனுக்கு ஏத்த வளான்னு... (சாப்பிட்டு) நான் சாதாரணமா காலைல ஒரு வேளை தான் காபி சாப்பிடறது வழக்கம்... இருந்தாலும் சம்பந்தம் பண்ண வந்த எடத்துல வாண்டாம்னு சொல்ல வேண்டாம்னு சாப்பிட்டுட்டேன்; பாயசம் A one.

ராமா : (ஜானகியிடம்) பரவாயில்லையே... கோபால்சாமி புத்திசாலியா இருக்காரே... பாயஸம்னு கரெக்டா கண்டுபுடிச்சுட்டார்...

ஜானகி : இப்ப நான் அவருக்குத் தந்தது காபி. ஆளுக்காள் கிண்டல் பண்றாங்களேன்னு காபி தந்தா... பாயஸம்ங்கறது... ஜடம்...

ராமா : காபியை வுடும்மா... பொண்ணு எப்படி...?

ஜானகி : OK சொல்லிடு; எதுக்கு நட்சத்திரம், ஜாதகம்லாம்.

கோபால் : எனக்கு நம்பிக்கை கிடையாது... எனக்கு சகுனம் சரியாயிருந்தா போதும்... எம் பொண்ணுக்கு போன மாசம் இதே மாதிரிதான் கோயம்புத்தூர்ல ஒரு பையனைப் பார்க்கப் போனேன். எல்லாம் OK. ஆனா பக்கத்து வீட்டுல ஒரு Death... யாரோ குளோஸாயிட்டாங்க... சகுனம் சரியில்லன்னு எழுந்து வந்துட்டேன்... இப்ப எல்லா சகுனமும் சரியாயிருக்கு... பாக்கு,வெத்திலை வாங்கிக்கறேளா...

ராமா : (வாங்கும் சமயம் காலிங் பெல்) மணி அடிக்கறது... நல்ல சகுனம்...

கோபால் : But Calling Bellலாம் சகுனத்தல சேர்த்துக்க முடியாது. கோயில் மணிய சொல்லுங்கோ, சகுனம்.

ராமா : அதுக்காக வீட்டு வாசல்ல கோயில் மணியையா தொங்கவிட முடியும்? ஒரு நிமிஷம்... Yes come in... (ஒருவன் நுழைந்து-வாயில் துண்டு வைத்தபடி)

ராமா : நீங்க?

ஒருவன் : 5, சிவராமன் தெரு, மயிலாப்பூர்...

ராமா : இதான்... நீங்க...

ஒருவர் : மாதுங்கறவர் வீடு...

ராமா : இதான்... (வந்தவர் அழுகிறார்...) ஏன் சார் அழறீங்க?

ஒருவர் : இந்த வீட்டுல ஒரு Death நடந்துருக்குன்னு கேள்விப் பட்டேன். துக்கம் விசாரிச்சுட்டுப் போக வந்தேன்...

ராமா : டெத்தா... என்னய்யா உளர்றே?

கோபால் : இந்த வீட்டுல சாவா...? ராமானுஜம் என்னது இது... பாக்கு வெத்தலை மாத்தறச்சே டெத், சாவுன்னு அப சகுனமா...

ராமா : யோவ்! address மாறி வந்திருக்கே...

ஒருவர் : இல்லை. கரெக்ட் addressதான். யாரோ கோபால் சாமின்னு ஒருத்தர் செத்துட்டதா...

கோபால் : ராமானுஜம், என்னது இது? யோவ்! நான்தான்யா கோபால்சாமி...

ஒருவர் : நீங்கதான் கோபால்சாமியா... அப்ப நீங்க இன்னும் சாகலையா?

கோபால் : என்னடா உளர்றே (Calling Bell) மறுபடியும் காலிங் பெல்லா... நான் சொல்லலை, காலிங் பெல் அப சகுனம்...

ராமா : நீங்க வேற குழப்பாதீங்க... (இன்னொருவர் வருகிறார்).

இன்னொ : 5, சிவராமன் தெரு, மயிலாப்பூர்...

ஒருவர் : மாது வீடு இதுதான்...

இன்னொ : (அழுது) கோபால்சாமி போயிட்டாராமே (என்று கோபால்சாமியிடமே விசாரிக்க).

கோபால் : நான்தான்யா கோபால்சாமி...

இன்னொ : இவர்தான் கோபால்சாமியா... சாகப் போறார்னு

சொன்னாங்களே... எனக்கு வெளில வேற ஒரு Death இருக்கு... அதை விசாரிச்சுட்டு வந்துடறேன்... எனக்கு டயம் சொல்லுங்க... நீங்க எப்ப சாவீங்க...

கோபால் : ராமானுஜம், என்னதுது... ஒருத்தன் என்னடான்னா இன்னும் சாவலையாங்கறான்... இவன் என்னடான்னா எப்ப சாவீங்கன்னு கேக்கறான்... என்ன சார்...?

ராமா : யோவ்! என்னய்யா இது அநியாயம்... யார் நீங்க... (காலிங் பெல் சத்தம்)

கோபால் : அய்யய்யோ... காலிங் பெல்... சாவு மணி மாதிரி அடிக்கறது... சகுனமே சரியில்லை...

ராமா : நீங்க Tension ஆகாதீங்க... ஏதோ குழப்பம்... (Dead body கோபால்சாமி Entry)

D.B.கோ : 5, சிவராமன் தெரு, மாதுங்கறவர் வீடு இதுதானே...

ராமா : நீங்க...

D.B.கோ : சொல்றேன்... மொதல்ல நான் எங்க படுத்துக்கறது.,..?

ராமா : படுத்துக்கணுமா? எதுக்குய்யா படுத்துக்கணும்...

D.B.கோ : உக்காண்டு சாவறது உங்க வழக்கத்துல உண்டா...?

ராமா : யார்ய்யா நீ...

D.B.கோ : நான்தான் Dead Body...

ராமா : Dead bodyயா?

D.B.கோ : நான்தான் செத்துப் போகப் போற கோபால்சாமி...

ஒருவர் : நீங்கதான் செத்துப் போகப் போற கோபால் சாமியா...?

D.B.கோ : அவர் யாரு... (Original கோபால்சாமியைக் காட்டிக் கேட்க...)

ஒருவர் : அவர் உசிரோட இருக்கப் போற கோபால்சாமி...

ராமா : இப்ப நீங்க மூணு பேரும் வெளில போகல... செருப்பால அடிப்பேன்...

D.B.கோ : யோவ், எங்களை வெளில போகச் சொல்றதுக்கு நீ யாருய்யா? நீயும் எங்களை மாதிரி துக்கம் விசாரிக்க வந்தவன்தானே... எது பேசறதா இருந்தாலும் மாதுகிட்ட பேசிக்க...

ராமா : அப்ப, உங்களை அனுப்பிச்சது மாப்பிள்ளையா?

கோபால் : ராமானுஜம், நான் என் பொண்ணுக்கு வேற எடத்துல சம்பந்தம் பாத்துக்கறேன்... ரொம்ப Height of அபசகுனமா இருக்க...

ராமா : இருங்க சார்... மாப்பிள்ளை ஏதோ பொய் சொல்லிட்டு, சமாளிக்கிறார் போலிருக்கு... நெஜம் Death தான் அபசகுனம்; இது நெஜம் Death இல்லை...

கோபால் : இல்லை, சார்... நெஜம் Deathல கூட இவ்வளவு சாவைப் பத்திப் பேச மாட்டாங்க...

(மாது Entry)

ஜானகி : என்னன்னா இதெல்லாம்...

ராமா : மாப்பிள்ளை...

மாது : சாரி! மன்னிச்சுடு ஜானகி... வீட்டுல தங்கையைப் பொண் பார்க்க வர்றதா மானேஜர்கிட்டே சொன்னேனில்ல... மானேஜர் வர்றேனுட்டார்; அவரை வராம தடுக்க, வீட்டுல Deathன்னேன்; Deathக்கும் வரேன்னுட்டார்; எனக்கு வேற வழி தெரியலை... அதான் மானேஜர் இங்க வரச்சே... இங்க ஒரு Death விழுந்தா மாதிரி இருக்கணும்... எல்லாரும் தயவு செய்து adjust பண்ணி நடிங்க... ஜானகி, மச்சான் கேட்டுக்கங்க... நீங்க ஏதாவது சொதப்பினீங்க... எனக்கு வேலை பூடும்... இருக்கறது Office Quarters... வீடும் பூடும்... நடுத் தெருவுல நிக்கணும்...

ஜானகி : ஏன்னா இப்படிப் பொய் மேலே பொய் சொல்றீங்க?

மாது : பேசாத... உன் புருஷன் வேலை தங்கணும்னா சோகமா நடி... மச்சான் நீங்களும்தான்... மானேஜர் எது பேசினாலும் நான் சமாளிப்பேன்; கண்டுக்காம இருங்க... உங்கள்ள யாரு கோபால்சாமி?

கோபால் : நான்தான்...

ராமா : நீ உக்காருய்யா? அனாவசியமா நீ ஏன் இந்த ஆட்டத்துல கலந்துக்கறே...

D.B.கோ : நான்தான் Dead body கோபால்சாமி...

மாது : மச்சான்... இவர் நிறைய சினிமால Dead bodyஆ நடிச்சுருக்கார். பொணமா நடிக்கறதுல Expert. பேர் மணவாளன்; சினிமா வட்டாரத்துல பொண வாளன்னு கூப்பிடுவாங்க... நீ ஏன்யா நிக்கற... படுத்துக்க... இந்த மாலையைப் போட்டுக்க... அப்படியே படுத்தா தூங்கறா மாதிரி இருக்கும்... தோ பாருங்க... படுத்திருக்கிறது ஒண்ணு விட்ட மாமா கோபால்சாமி... மானேஜர் கேட்டா அதையே சொல்லுங்க... இவர் யாரு?

கோபால் : கோயம்புத்தூர் கோபால்சாமி... ராமானுஜத்துக்கு எம் பொண்ணை முடிவு பண்ணலாம்னு வந்தேன்... இப்ப முடிவை மாத்திண்டுட்டேன்... நான் கிளம்ப றேன்...

ராமா : மாப்பிள்ளை, உங்களால என் வாழ்க்கையே பாழா யிடும் போலிருக்கே...

(காலிங் பெல் சத்தம்)

மாது : மானேஜர்தான்... சோகமா இருங்க... ஜானகி, உன் புருஷனுக்கு வேலை பூடும்... மச்சான், உன் தங்கை புருஷனுக்கு வேலை பூடும்... நீ போகாதய்யா... (கோபால்சாமியை நிறுத்தி) மானேஜர் போன பிறகு போ...

(Manager Entry with மலர் வளையம்-மலர் வளையம் வைத்து விட்டு மாதுவின் தோளைத் தட்டி)

மானே : சாரி... மாது...

மாது : துக்கமாக... It is alright Sir.

மானே : இவர் உன்னோட.... என்ன உறவுன்னு சொன்னே...

ஒருவர் : ஒண்ணுவிட்ட சித்தப்பா...

மானே : ஒண்ணு விட்ட மாமான்னு சொன்னியே...

மாது : உங்களைக் கேட்டாரா? கேட்டா பதில் சொன்னா போதும்... எனக்கு ஒண்ணு விட்ட மாமா... But இவருக்கு ஒண்ணு விட்ட சித்தப்பா...

இன்னொ : அப்ப எனக்கு...

மாது : அவருக்கு ஒண்ணு விட்ட சித்தப்பான்னா உங்களுக்கு ஒண்ணு விட்ட பெரியப்பா... ஏன்னா எல்லோருமே ஒருத்தருக்கொருத்தர் Distant Relatives... வந்த எடத்துல மண்டையைப் போட்டுட்டார். ஏதோ உறவுன்னு தெரியும்; ஆனா என்ன உறவுன்னு தெரியாது... துக்கத்துக்கு வந்துட்டு என்ன எழவு தொணதொணன்னு கேள்வி... பேசாம இருங்க...

மானே : நானும் எவ்வளவோ Death attend பண்ணி யிருக்கேன். But, இது மாதிரி பார்த்ததில்லை...

மாது : ஏன் சார்?

மானே : முகத்தைப் பார்த்தா செத்த மாதிரியே இல்லை.

மாது : காதுல விழுந்துதா, செத்த மாதிரி இல்லையாம்...

மானே : என்ன?

மாது : இல்லை, நீங்க சொன்னதை அவங்களுக்கெல்லாம் சொன்னேன்...

மானே : Infact மலர் வளையம் வச்ச போது, அவர் பேர் என்ன சொன்ன...

ஒருவர் : கோவிந்தசாமி...

மாது : கோவிந்தசாமி உங்க பேரு... ஒண்ணுவிட்ட மாமா பேர் கோபால்சாமி... மௌனமா துக்கம் அனுஷ்டிச்சா போதும்... டயலாக்கெல்லாம் வேணாம்... நீங்க சொல்லுங்க சார்...

மானே : மலர் வளையம் வெக்கறபோது, உன்னோட ஒண்ணு விட்ட மாமா பாதத்துல என் கை பட்டது. சூடா இருந்தது. சாதாரணமா செத்தா ஜில்லுனு ஆயிடும் Body.

மாது : அது சாகறதுக்கு முன்னாடி ஒ.வி. மாமா வென்னீர்ல குளிச்சுட்டு, சுடச்சட காபி சாப்பிட்டிருக்காரு.

அந்தச் சூடு இன்னும் இருக்கு போலிருக்கு உடம்புல...

மானே : என்னமோ பாத்தா செத்தா மாதிரியே இல்லை... நடிக்கறா மாதிரி இருக்கு...

இன்னொ : நிறைய படத்துல Dead Bodyஆ நடிச்சிருக்கார்... மணவாளன்...

மானே : என்ன சொல்றார்?

மாது : மணவாளன் கோபால்சாமியோட Brother. இவரை மாதிரியே இருப்பார்... Twins... அவர் சினிமால நடிப்பார்...

மானே : அதான பாத்தேன். latestஆ கூட ஒரு படம் பார்த்தேன் - 'ஆத்தா நான் பொணமாயிட்டேன்'னு. அதுல last சீன்ல Dead bodyஆ வருவார். close upல அவர் மூஞ்சியப் பல தடவை காட்டுவாங்க... அவர் பேர் என்ன மணவாளன்? நல்ல very Good Artist... Deadlyஆ நடிப்பார்... அவர் வரலையா...

மாது : சொல்லி அனுப்பிச்சுருக்கோம்... எங்கேயோ shooting போயிருக்காராம்... வந்துடுவார்...

மானே : அவர் வந்தவுடனேதான் Bodyய எடுப்பீங்களா?

மாது : இல்லை, நீங்க போனவுடனேயே எடுத்துடுவோம்...

(D.B. கோபால்சாமி தும்முகிறார்)

மானே : யார் தும்மினது?

மாது : இது... இவர் (ஒருவரைக் காட்டி) ஒண்ணுவிட்ட சித்தப்பா தும்மினார்... நீங்கதானே தும்மினீங்க?

மானே : எனக்கு Dead body தும்மினா மாதிரி பிரமை... ஆமாம் என்னது, Bodyய இப்படி போட்டிருக்கீங்க... தலை கிழக்குப் பக்கம் பார்த்துன்னா இருக்கணும்...

(அவர் எழுந்து கிழக்குப் பக்கம் தலை வைத்துப் படுக்க மலர் வளையம் தலைப் பக்கம் உள்ளது).

மாது : இல்லை சார்! இப்பப் பாருங்க. தலை கிழக்குப் பக்கம் பாத்து இருக்கு...

மானே : எப்படி மாறித்து? நான் கண்ணாடி கொண்டு வரலை. ஒரு வேளை சரியாப் பாக்கலையோ...

மாது : ஆமாம்... ஆரம்பத்துலேந்து தலை கிழக்குப் பக்கம் பார்த்துத்தான் இருக்கு...

மானே : One minute... நான் மலர் வளையத்தை அப்ப பாதத்துல - கால் மாட்டுலதானே வச்சேன்; இப்ப எப்படி மலர் வளையம் தலைமாட்டுக்கு வந்தது?

ஒருவர் : இல்லை...

மாது : ஆமாம்; சாஸ்த்ரப் பரிகாரம் மலர் வளையம் தலை மாட்டுலதான் இருக்கணும்; நீங்க தப்பா வச்சுட்டீங்க...

மானே : Any way பாவம் மாது... உனக்குத்தான் இரண்டு துக்கம். ஒண்ணு விட்ட மாமா போன துக்கம். அதுவும் உன் தங்கையைப் பொண்ணு பாக்க வர அன்னிக்கு, இந்த மாதிரி நடந்து, அது நின்னு போனது இன்னொரு துக்கம். Lifeனா அப்படித்தான். துக்கத்துக்கு மேல் துக்கம் மாறி மாறி வரும்...

மாது : ஏதோ என்னால முடிஞ்ச வரை சமாளிச்சுண்டு இருக்கேன்...

மானே : (ஜானகியைப் பார்த்து) இப்படி வாம்மா... மாது இது...

மாது : என் தங்கை... ஜானகி... இவளைத்தான் பெண் பார்க்க வர்றதா இருந்தாங்க...

மானே : உன் தங்கையா? நான் நெனைச்சேன். வந்தவுடனே பார்த்தேன்; அப்படியே உன்னை மாதிரியே இருக் காப்பா... அச்சு உன் ஜாடை....

ஜானகி : என்னன்னா சொல்றார்?

மானே : என்ன அண்ணா! என்ன அண்ணா! இப்ப அண்ணாவைப் பாத்து அழுது என்ன பிரயோஜனம்? நடந்தது நடந்து போச்சு. கவலைப்படாத! உனக்கு எப்படியாவது நல்ல எடத்துல கல்யாணம் ஆகும்...

ஜானகி : அது இல்லை... என்னைப் போய்...

மாது : ஜானகி Please துக்கத்துல பேசாத... தோ பார்...

பொண் பார்க்கறது நின்னு போச்சேன்னு வருத்தப் படாத... இந்தப் பையன் இல்லாட்டி இன்னொரு பையன் வருவான்... பையன் போனா பொண் வருவாள்... ஆனா வேலை போனா... போனதுதான்... மறுபடி வராது...

மானே : (ராமானுஜத்தைப் பார்த்து) மாது, இது யார்?

மாது : இது தங்கையோட அண்ணா...

மானே : தங்கையோட அண்ணாவா?

மாது : ஜானகி தங்கைன்னா... ஜானகியோட அண்ணா... தங்கையோட அண்ணாதானே?

மானே : என்னப்பா உன் தங்கைக்கு அண்ணான்னா உனக்கும் அண்ணாதானே...

ராமா : மாப்பிள்ளை என்ன சொல்றார்?

மானே : என்ன உன்னை மாப்பிள்ளைங்கறார்...

மாது : அவர் என்னை மாப்பிள்ளைம்பார்; நான் அவரை மச்சான்பேன்... நாங்க அண்ணன், தம்பி மாதிரியே பழக மாட்டோம்... மாப்பிள்ளை மச்சான்னா பழகுவோம்.

ராமா : மாப்பிள்ளை...

மாது : இவருக்கு வேலை வெட்டி கிடையாது... என் சம்பாத்யத்துல இருக்கார்... இப்போ எனக்கு வேலை போச்சுன்னா, இவர்தான் மொதல்ல நடுத் தெருவுல நிப்பார்...

மானே : உனக்கு ஏன் வேலை போகணும்?

மாது : அவர் ஏடாகூடமா பேசினா, போயிடும்...

மானே : ஆ... மாது... உன் Wife எங்க...?

மாது : ஜானகி... மானேஜர் கேக்கறார் சொல்லிடவா... வேற வழி இல்லை... சொல்லித்தான் ஆகணும்... தலைக்கு மேலே வெள்ளம் போயாச்சு...

மானே : என்னப்பா? என்னவெல்லாமோ உளர்றே...?

மாது : சார்... என் Wife...

மானே : உன் Wife...!?

மாது : ஆஸ்பத்திரில இருக்கா...

மானே : Hospitalலயா... ஏன்? என்னாச்சு?

மாது : Heart Problem Sir, Heartல ஒரு Valve சரியா Work பண்ணலை...

மானே : ஐயய்யோ...

மாது : நான்தான் டெய்லி Officeக்கும் Hospitalக்கும் ஓடிண்டுருக்கேன். அதான் பாதி நாள் Officeக்கும் லேட்டா வர வேண்டியதாகப் போயிடும்...

மானே : இதை ஏன் நீ என்னண்ட முன்னமேயே சொல்லல?

மாது : ஒவ்வொண்ணா சொல்லிண்டு வரச்சே, இதையும் சொல்ல வேண்டியதாப் போய்டுத்து...

மானே : சே! பாவம்... சின்ன வயசுல உனக்கு எவ்வளவு கஷ்டம்யா? இத்தனை துக்கத்தை மனசுல வச்சுண்டு எப்படி Officeல நீ சிரிச்சுண்டு, பேசிண்டு, சந்தோஷமா இருக்கே...?!

(ஜானகி அழுதபடி உள்ளே போக)

என்ன உன் அண்ணாவோட தங்கை அழுதுண்டே உள்ளே போயிட்டா...

மாது : என் Wifeம் அவளும் ரொம்ப close. இவளைப் பாத்தா அவளைப் பார்க்க வேணாம். அவளைப் பாத்தா இவளைப் பாக்க வேணாம்... அவ ஆஸ்பத்திரில இருக்கான்னு சொன்னவுடனே இவளுக்கு துக்கம்... அதான் அழுதுண்டே....

ராமா : மாப்பிள்ளை போதும்... என்னால இதுக்கு மேல... பொறுத்துக்க முடியாது...

மானே : தங்கையோட அண்ணா என்ன சொல்றார்?

மாது : துக்கம்... துக்கத்தை இதுக்கு மேல பொறுத்துக்க முடியாது... தேம்பித் தேம்பி அழுதுடுவேன்கறார்...

மானே : Infact உன் familyயைப் பத்தி எனக்குத் தெரியவே தெரியாது. இத்தனைக்கும் இது நம்ம Office

Quarters; நான் இதுவரை இங்க வந்ததே இல்லை. அங்க 2 portion இருக்கு; இல்லையா...

மாது : ஆமாம், காலியாத்தான் இருக்கு...

மானே : சரி... நீ இரு... வந்ததுக்கு Quartersஐ பாத்துட்டுப் போயிடறேன்...

மாது : நானும் வரேன் சார்... இங்க இருந்தா துக்கம் இன்னும் ஜாஸ்தியாகும்...

மானே : இவர் யாரு?

கோபால் : கோபால்சாமி...

மானே : கோபால்சாமி, செத்துப் போன ஒண்ணு விட்ட மாமா இல்லே...

மாது : இவர் பேரும் கோபால்சாமிதான். இவர் Sisterதான் ஒண்ணுவிட்ட மாமா Wife.

கோபால் : சார்...!!!

மாது : (photoவைப் பிடுங்கி) இதான் இவரோட Sister... என்னோட ஒண்ணு விட்ட மாமி...

மானே : youngஆ இருக்கா...

மாது : சின்ன வயசுலயே சுமங்கலியா போய்ட்டா... நீங்க வாங்க... Quartersசைப் பார்க்கலாம்...

(Exit)

கோபால் : நான் வரேன்யா... இன்னும் கொஞ்ச நேரம் இருந்தா கோயம்புத்தூர்ல இருக்கற எம் பொண்ணுக்கு உன் பிள்ளை, காரியம் பண்ணவே ஆரம்பிச்சுடுவார்.

ராமா : கோபால்சாமி...

D.B.கோ : (எழுந்து...) கூப்பிட்டீங்களா...?!

ராமா : உன்னை இல்லைடா... பீடை... கோபால்சாமி...

கோபால் : என்னை வுட்டுடுங்க... (Exit)

(மாது வந்து)

மாது : யோவ், மணவாளன்... ஏன்ய்யா தும்மறே... தோ பார்... மானேஜர் வர 5 நிமிஷம் ஆகும்...

அதுக்குள்ள தும்முறது, சொறியறது எல்லாம் முடிச்சக்க...

ராமா : மாப்பிள்ளை, கோபால்சாமி போய்ட்டார்...

மாது : தெரியும், அதான் நீட்டிப் படுத்துருக்காரே...

ராமா : இவனை இல்லை... கோ... கோபால்சாமி...

மாது : மச்சான் நீ விடு... நான் நல்ல மாப்பிள்ளை பாக்கறேன்... (Exit)

(சீனு Entry)

சீனு : என்ன கும்பல் இங்க... யோவ் யாருய்யா இது... நடு Hallஅ படுத்துக்கினு இருக்குது... எந்திரிய்யா... அப்படி ஓரமாப் போய் படு... சாவு கிராக்கி... என்ன சார், மாது எங்க...?

ஒருவர் : ஸ்ஸ்!!

இன்னொ : ஸ்ஸ்!! ஸ்ஸ்!!

சீனு : என்ன ஸ்ஸ், புஸ்சுங்கறீங்க... சார், எங்க உன் மாப்பிள்ளை...

ராமா : ஸ்... ஸ்... மானேஜர்...

சீனு : என்ன மானேஜர் பய வந்தானா... மாது எப்படிச் சமாளிச்சான்? என்னய்யா (திரும்பிப் பார்த்து) Good Morning சார், இது...

மாது : சீனு... (கட்டிக் கொண்டு) ஒண்ணு விட்ட மாமா கோபால்சாமி பூட்டாருடா...

சீனு : அய்யா... பூட்டாரா... நல்ல மனுஷன் ஆச்சே... (மெள்ள) யார் வாத்யார்... ஒண்ணு விட்ட மாமா கோபால்சாமி...

மாது : சீனுவுக்குத் தெரியாது சார்...

சீனு : எனக்கு ஒண்ணுமே தெரியாது சார்... நான் இந்த டிக்கெட் வாங்கிக்கினு வரப் போயிருந்தேன்...

மானே : என்ன டிக்கெட்...

மாது : ஒண்ணு விட்ட மாமா சினிமா பாக்க, சீனுவை டிக்கெட் வாங்கிட்டு வரச் சொன்னார்... பாவம்...

அவரே டிக்கெட் வாங்கிக்கினு பூட்டாரு...

மானே : சரி... மாது... அப்ப Deathக்கு வந்துட்டு போய்ட்டு வரேன்னு சொல்லக் கூடாது... Ok அப்ப இந்த Portion காலியா இருக்குன்னியே... அதுல உனக்குத் தெரிஞ்சவங்க யாரானா வாடகைக்குக் கேட்டா தந்துடு... atleast கம்பெனிக்கானா வாடகை வரும்... சீனு, உனக்கு இன்னிக்கு leave sanction பண்ணறேன்... மாதுவுக்கு Help பண்ணு... என்னது... Dead body அப்ப இங்க இருந்தது... இப்ப ஓரமா இருக்கு...

சீனு : நான்தான் ஓரமாப் போய் படுக்கச் சொன்னேன்...

மாது : படுக்க வைக்கச் சொன்னேன்னு சொல்லுடா... நீயும் உன் தமிழும்...

மானே : Ok... Hello தங்கையோட அண்ணா... போய்ட்டு வரேன்னு சொல்லக் கூடாது... அண்ணாவோட தங்கை கிட்டயும் சொல்லிடுங்க... மாது, உன் wifeக்கு Heartல Problemனு சொன்னியே... எதானா Help வேணும்னா தயங்காம கேளு... எனக்கு நல்ல டாக்டர்ல்லாம் தெரியும்...

சீனு : மாது... Wifeக்கு Heartல Problemமா...?

மானே : உன்கிட்டேயும் மறைச்சுட்டானா... Ok... டிரைவர் அந்த மலர் வளையத்தை எடுத்துக்கோ... இன்னொரு Deathக்குப் போகணும்... கடைக்குப் போய் வாங்க டயமாகும்... (Exit)

மாது : யோவ், Manager போயாச்சு... எந்திரிய்யா... யோவ்... என்ன நெஜமாவே பூட்டானா...!?

D.B.கோ : (எழுந்து) அசந்து தூங்கிட்டேன்...

மாது : இந்தா 100 ரூபா...

D.B.கோ : அப்புறம் எதானா Death இருந்தா நம்பளை மறந்துடாத சார்...

ஜானகி : (வந்து) என்னன்னா... எனக்கு Heartல Problem னுட்டீங்க...

மாது : உனக்கா சொன்னேன்; உன்னை தங்கைனு தானே

சொன்னேன்... என் Wife Heartல Problemன்னு சொன்னேன். நீ அப்ப தங்கை தானே...

ஜானகி : நீங்க போற போக்கே சரியில்லை... இன்னிக்கு என்னைத் தங்கைன்ன மாதிரி, நாளைக்கு யாரை யானா Wifeனு சொல்லிடப் போறேள்...

மாது : அப்படியே சொன்னாலும் நம்ம நன்மைக்குத்தான் சொல்வேன்... என்னோட பொய் நாரதர் கலகம் மாதிரி நன்மையில்தான் முடியும்...

(மானேஜர் Entry)

மானே : மாது...

மாது : சார்...

மானே : கார் சாவியை வுட்டுட்டேன்... தோ இருக்கு... எங்க Dead body அதுக்குள்ள எடுத்தாச்சா...

மாது : இல்லை... ஆ... அது... Bodyய குளிப்பாட்டி புது வஸ்த்ரம் கட்டி அந்தச் சம்ப்ரதாயத்துக்காக அங்க உள்ள எடுத்துண்டு போயிருக்கா...!

மானே : Ok (எதிரே Dead Body கோபால்சாமியைப் பார்த்து) இவர்...

மாது : மணவாளன்... ஒ.வி. மாமாவோட Brotherனு சொன்னேனே...

மானே : என்ன இவர் மேலே ரோஜாப் பூவா இருக்கு...

மாது : அண்ணாவைக் கட்டிண்டு அழுதார்; ஒட்டிண்டு டுத்து...

மானே : நான் வரேன்.

D.B.கோ : சார்... நீங்க Beach வழியா போறீங்களா?

மானே : ஆமாம்...

D.B.கோ : என்னை Drop பண்ணிடறீங்களா?

மானே : Oh! Yes... எங்க இருக்கீங்க?

D.B.கோ : கண்ணம்மாபேட்டை சுடுகாட்டுக்குப் பக்கத்துல... LIG Flat.

(திரை)

காட்சி 2

சீனுவின் Photo Studio

(மாது Entry)

மாது : சீனு... சீனு... (சீனு உள்ளிருந்து Entry)

சீனு : வா... மாது... அதுக்குள்ள Officeக்குக் கிளம் பிட்டியா? மணி 8.30தான் ஆவுது... சாதாரணமா 9.30 மணிக்குத்தான் வருவே... என்ன இவ்வளவு சீக்கிரமா?

மாது : ஆபீஸ் போறச்சே பிள்ளையார் கோயிலுக்குப் போகச் சொல்றா என் Wife ஜானகி... அதான் சுருக்கக் கிளம்பிட்டேன்.

சீனு : எதுக்கு இப்ப திடீர்னு பிள்ளையார் பேர்ல பாசம்...

மாது : அது இல்லடா... நேத்து நம்ம மானேஜர் வந்தப்போ... நிலைமையைச் சமாளிக்க ஜானகியை என் தங்கைன்னு சொன்னேன். அது போறாதுன்னு மானேஜர் என்கிட்ட Wife எங்கன்னு கேட்டப்போ Wifeக்கு Heart Problem, Heartல Valve சரியில்லேன்னு சொன்னேன் இல்லியா?

சீனு : ஆமாம்...

மாது : அதுல ஜானகி ரொம்ப Upset ஆயிட்டா. நான் இப்படிச் சின்ன சின்ன விஷயத்துக்குப் பொய் சொல்றது அவளுக்குப் பயமா போயிடுத்து... அதை நினைச்சிண்டே நேத்து ராத்திரி தூங்கி யிருக்கா... விடிகார்த்தால கனவு... கனவுல... நான் யாரோ பொம்பளைய அழைச்சுண்டு வந்து ஜானகிகிட்ட இந்தப் பொண்ணுக்கு Heartல Valve சரியில்லையாம்... எப்படியும் சாகப் போறா... சாகறதுக்கு முன்னாடி சுமங்கலியா சாக ஆசைப் படறா... பாவம்மா... Valve இல்லாத இவளுக்கு வாழ்வு தர - முடிவு கட்டிட்டேன். இவளை நான் கல்யாணம் பண்ணிண்டுட்டேன்...னு கனவுல சொன்னேனாம்... கெட்ட கனவு பலிச்

சுடக் கூடாதேன்னு பயத்துல நம்ம தெருக்கோடி பிள்ளையாருக்கு தேங்காய் உடைச்சு இனிமே பொய் சொல்றது இல்லைன்னு பிள்ளையார்கிட்ட சத்தியம் பண்ணச் சொன்னா... அதான்...

சீனு : தேங்காய் உடைச்சு பொய் சொல்றதில்லைன்னு பிள்ளையார்கிட்ட சத்தியம் பண்ணினியா...?

மாது : தேங்காய்தான் உடைச்சேன்... சத்தியம் பண்ணலை...

சீனு : ஏன்?

மாது : ஏண்டா... தலைல அடிச்சு பொய் சத்தியம் பண்ண தெருக்கோடிப் பிள்ளையார் என்ன என் மச்சான் ராமானுஜமா? நான் பொய் சொல்லாம இருக்கணும்னா... ஒரே வழி நம்ப தெருக் கோடி பிள்ளையாரே இனிமே மாதுவைப் பொய் சொல்ல வக்காம இருக்கேன்னு சத்தியம் பண்ணா தான் உண்டு... தோ பார், பொய் நானா ஆசைப்பட்டா சொல்றேன்... சொல்ல வச்சுர்றாங்க... Day by Day lifeல பொய் சொல்லாம இருக்க முடியாது...

சீனு : சும்மா கதை அடிக்காத... உன் வசதிக்கு நீ பொய் சொல்ற...

மாது : எவண்டா பொய் சொல்லல... டி.வி.ல அட்வர் டைஸ்மெண்ட்டுல வரதே... அதெல்லாம் ISI முத்திரை குத்திய நெஜமா? தலைவலி தைலத்தை தம்மாத்தூண்டு என்னமா நெத்தில விபூதி இட்டுக்கறா மாதிரி தடவிண்டு உடனே Its gone, போயே போச்சு... போயிந்திங்கறான்... போன வாரம் நல்ல தலை வலி... Full Bottleல தடவிப் பாத்துட்டேன். 10 ரூபா Bottleதான் போயே போச்சு... தலைவலி அப்படியே இருக்கு... மின்னலடிக்கும் வெண்மை... வெள்ளை வெளேர் சலவை... சொட்டு நீலம் டோய்ங்கறான்... சொட்டு நீலம்... முழு பாட்டிலையும் தொறந்து கொட்டு நீலம்... டோய் பண்ணிப் பாரு... பழையபடிதான் இருக்கும் Shirt... உன் அழுக்கு உன்னை விட்டு இந்த ஜன்மத்துல போகாது...

சீனு : சரி விடு... நீ சுருக்க வந்ததும் நல்லதா போச்சு... நான் கொஞ்சம் வெளில போய்ட்டு வரேன்... ஒரு Personal Work இருக்குது...

மாது : இரு... நானும் வரேன்... உன்னோட...

சீனு : இல்ல... வாத்யாரே... நீ இங்க இருந்து Studioவைப் பார்த்துக்க...

மாது : ஆமாம்... பார்த்துக்கறதுக்கு பெரிய AVM Studio... நானும் வரேன்...

சீனு : இல்லை வாத்யாரே... நாம சேர்ந்து போக முடியாது... நான் தனியாத்தான் போவணும்...

மாது : புரியலையே...

சீனு : போ... வாத்யாரே... வெக்கமாயிருக்கு...

மாது : தனியாத்தான் போவணும்கற... வெக்கமாயிருக் குங்கற...

சீனு : இல்ல வாத்யாரே... நம்ம டாவைப் பார்க்கப் போறேன்...

மாது : டாவையா...?

சீனு : Lover வாத்யாரே...

மாது : loverஆ... சபாஷ்... பொண்ணு யாரு...?

சீனு : டிராமால நடிக்கற பொண்ணு... வாத்யாரே...

மாது : பேர் என்ன...?

சீனு : சட்னு ஞாபகத்துக்கு வர மாட்டேங்குது... மாமியார், மாட்டுப் பொண்ணு Problem பத்தின கதை... கொஞ்சம் சீரியஸ் டிராமா... But climax top...

மாது : முண்டம்... டிராமா பேரைக் கேக்கலைடா... அவ பேரு?

சீனு : குஷ்மா தேவி...

மாது : குஷ்மா...

சீனு : குஷ்மா தேவிம்மா... நான் அவளைச் செல்லமா... குஷ்மா... குஷ்மான்னு கூப்பிடுவேன்.

மாது : என்ன கண்றாவிடாது... குஷ்மா... மைதாமா... உப்புமான்னு... North Indianஆ...

சீனு : இல்ல... North Madras... சவுகார் பேட்டை... சேட்டுப் பொண்ணு...

மாது : சேட்டுப் பொண்ணா...? எப்படிப் பிடிச்சே? உனக்கு Hindi தெரியாதே...

சீனு : அட... அவளுக்கே Hindi தெரியாது... வாத்யாரே... Madras வந்து Settle ஆயி 50 வருஷமாச்சு...

மாது : ஏன் இப்படி வயசானவள love பண்ற...?

சீனு : என்ன சொல்ற?

மாது : Madras வந்து 50 வருஷமாச்சுன்னா...

சீனு : அட... அவ family வாத்யாரே... குஷ்மா சின்னப் பொண்ணு... இப்பதான் 18 முடிஞ்சு... 17ல நுழைஞ்சிருக்கா...

மாது : போதும்... ஜொள்ளு விட்டது... குஷ்மா எப்படி?

சீனு : நீயே பாரு (Photoவை நீட்டிபயபடியே) நானும் குஷ்மாவும் சேர்ந்து Photo எடுத்துருக்கோம்... குஷ்மா எப்படி...?

மாது : (Photoவை வாங்கி)... குஷ்மா இல்லை... நல்ல கஷ்முஷ்க்மா...

சீனு : நான் எப்படி Photoல...

மாது : அப்படியே நேர்ல பார்க்கறா மாதிரியே... இருக்கே... திராபையா... என்னடா மீசை...

சீனு : இது வேண்டுதல் மீசை!

மாது : உனக்கில்லைடா... குஷ்மாக்கு மீசையிருக்கு...

சீனு : ஆமாம்... வாத்யாரே ... Photoவை Print போடறச்சே Shave பண்ணிட்டேன், அந்த கட்டத்துல நம்ம மீசை குஷ்மாக்கு பூடுச்சு...

மாது : இதப் போய் அவகிட்ட தராதே... மீசையோட பாக்கறத்துக்கு குஷ்மா பயங்கர முஷ்மா மாதிரி இருக்கா... வேற print போட்டுக் கொடு... சீனு... உன் close friend நான்... நீ குஷ்மா தேவியை love பண்ற விஷயத்த எங்கிட்ட கூடச் சொல்லலை...

சீனு : நீ வேற... இன்னும் அவகிட்டயே சொல்லல... வாத்யாரே... Photoவ கொடுத்துட்டு சொல்லிட்டு வரலாம்னு பாத்தேன்... print சரியில்லேங்கற...

மாது : பாவி... அத்த மொதல்ல சொல்லித் தொலைடா... தோ பார்... love பண்றதுன்னு முடிவு கட்டிட்டா, சம்பந்தப்பட்ட ரெண்டு பேரும் பார்க், பீச்சுன்னு போய் I love you darling, You are my sweetheart அப்படின்னு எல்லாம் பாட்டுப் பாடணும்... சேர்ந்திசைமாதிரி கோரஸா...

சீனு : Love பத்தி நீ எனக்கு சொல்லித் தர்றியா...

மாது : என்னக் கேட்டா Love வாணாம். பேஜாரு புடிச்ச வேலை... பேசாம உங்க உறவுலயே ஒரு பொண்ணை கட்டிக்க... அத்த பெண் இல்லையா உனக்கு...

சீனு : இருந்தா... இப்ப இல்லை.

மாது : புரியலை...

சீனு : அத்தைக்கு மீசை முளைச்சா சித்தப்பாவாம்... அத்த பொண்ணுக்கே மீசை முளைச்சா என்ன சொல்றது... எங்க காலத்துலதான் இந்த ஆண் பெண்ணா மார்றது... பெண் ஆணா மார்றது... சகஜம்னு உனக்குத் தெரியுமே...

மாது : பொய் சொல்றதைத் தான் நிறுத்த முடியல... அதுக்கு சரிகட்ட நடுநடுவே உண்மையை சொல்றதா முடிவு கட்டிட்டேன்... நீ அதுக்கு chance தந்துருக்க... என்ன ஒரு பொண்ணு Love பண்ணா...

சீனு : மெய்யாவா...

மாது : நான் ஜானகியை கட்டிக்கறதுக்கு முன்னாடி ஒரு வருஷம் டெல்லில இருந்தேன்...

சீனு : டெல்லில என்னவா இருந்த...

மாது : ம்... Prime Ministerஆ இருந்தேன்... வேலை கிடைக்காம இருந்தேன். வேலை தான் கிடைக் கலைன்னா டெல்லில தங்கறத்துக்கும் வீடு கிடைக் கலை. நாய் மாதிரி அலஞ்சிண்டிருந்தேன். அப்ப தான் மைதிலியை பார்த்தேன்...

சீனு : மைதிலி உன் Loverஆ?

மாது : ஆரம்பத்துலேயே underline பண்ணி சொல்லிட றேன்... மைதிலி என் Lover இல்ல. மைதிலிக்குத் தான் நான் Lover. அவதான் என்னை Love பண்ணினாள்; நான் அவளை Love பண்ணலை.

சீனு : குழப்பறியே... தலைமயிரை பிச்சுக்கணும் போல இருக்கு...

மாது : மைதிலி என்னை Love பண்ணறப்போ எனக்கும் இதே மாதிரி தான் தலைமயிரை பிச்சுக்கணும் போல இருந்தது... But பல்லைக் கடிச்சுட்டு பொறுத் துண்டேன்.....

சீனு : Love பண்ணலேன்னு சொல்ல வேண்டியதுதானே...

மாது : அவ Companyலயே எனக்கு ஒரு நல்ல வேலை வாங்கித் தந்தா... அவ வீட்டுல வாடகையில்லாம தங்க எடம் கொடுத்தா... எப்படிச் சொல்றது? சொன்னா வேலையும் பூடும்... தங்கறதுக்கு எடமும் பூடும்...

சீனு : நீ Love பண்ணற மாதிரி நடிச்சே...

மாது : நான் Love பண்றா மாதிரியும் நடிக்கலே... Love பண்ணாத மாதிரியும் நடிக்கலே. நான் வேலை உண்டு, வீடு உண்டுன்னு பேசாம இருந்தேன். அவளும் எதையும் எதிர்பார்த்ததா தெரியலை... தன் கடன் மாதுவை Love செய்து கிடப்பதேங்கறாமாதிரி என்னை Love பண்ணிண்டிருந்தா...

சீனு : Loveனா என்ன டூயட் பாடுவாளா!

மாது : அது பரவால்லை; பாடிண்டு கூடவே ஹம்மிங் குடுத்துட்டுப் போயிடலாமே... மத்தவாளுது தெய்வீகக் காதல், மைதிலியோடது ராக்ஷஸ்தனமான காதல்... பாலசந்தர் சினிமா நெறய பாப்பா போல யிருக்கு... மரோசரித்ரா, ஏக் துஜே கே லியே.. இதல்லாம் பாத்து பாதிக்கப்பட்டு, என் பிராணனை வாங்கறா...

சீனு : எப்படி...

மாது : அந்த படத்துல வருமே. loveக்காக ரெண்டு பேரும் எதிர் எதிர் வீட்லேருந்து lightஐ அணைச்சு அணைச்சு,போட்டு காதலைப் பரிமாறிக்குவா...

சீனு : ம்...

மாது : அதுமாதிரி... இவ என் ரூம் லைட்டையும், தன் ரூம் லைட்டையும் அணைச்சு அணைச்சு போடுவா...

சீனு : அவ ரூம் லைட் சரி... உன் ரூம் light-அ அங்கேருந்து எப்படி அணைச்சு அணைச்சு போடுவா...

மாது : மெயின் switch கிட்ட நின்னுண்டு off பண்ணிப் பண்ணிப் போடுவா... Infact அணைஞ்சு அணைஞ்சு எரியற லைட்ல புஸ்தகம் படிச்சு பழகிப் போச்சு...

சீனு : மைதிலி ஒரு Typeபோ...

மாது : அது தெரியாது. நான் சொல்றது அவளோட ஒரு type of Love. இன்னொரு type படத்துல வருமே ரெண்டு பேரும் துணியை தோச்சு Signal கொடுப்பாங்களே... அந்த மாதிரி இவளும் தோய்ப்பா...

சீனு : ஆமாம்...

மாது : சினிமால ரெண்டு பேரும் மாறி மாறி டப் டப்னு தோய்ப்பாங்க... இங்க இவ... மைதிலி... என் Pant, shirt எல்லாத்தயும் தோச்சு Signal தரேன் பேர் வழின்னு டார்டாரா என் கண்முன்னாடியே கிழிச்சிருக்கா... சாதாரணமா தன் வீட்லேர்ந்து love Letter எழுதி Lover வீட்டுக்கு post பண்ணுவாங்க... கேள்விப்பட்டிருப்பே. நாங்க ரெண்டு பேரும் இருப்பது ஒரே வீடு... இவ எனக்கு எதிர்ல உக்காண்டு Love Letter எழுதி என் எதிர்லயே எனக்கே Post பண்ணி, அது வந்தவுடனே வாங்கி என்கிட்டயே தருவா... Letter ஒரு பக்கம், ரெண்டு பக்கம் இல்ல. பொன்னியின் செல்வன் மாதிரி

bind பண்ணி 400, 500 பக்கத்துக்கு பாகம் பாகமா வரும்...

சீனு : அவ உன்ன Love பண்றது வேற யாருக்காவது தெரியுமோ...

மாது : டெல்லிக்கே தெரியும். என்னை தன் பக்கத்துல உக்கார வச்சு தாஜ்மஹால், குதுப்மினார்னு டெல்லில ஒரு எடம் விடாம Photo எடுத்திருக்கா... அவ என்னை Love பண்றாங்கறது Prime Ministerஆ இருந்த சிங் கிற்கே தெரியும்.

சீனு : நீ அவ கிட்ட ஒரு தடவை கூட I love you னு சொல்லலையா...

மாது : பல தடவை சொல்லியிருக்கேன். எல்லாம் பயத்துல... அவளுக்கு ஹிஸ்டீரியா உண்டு... திடீர் திடீர்னு உணர்ச்சி வசப்படுவா... கறிகாய் வாங்கறச்சே... கைல அரிவாமணையோட வந்து, மாது நீங்க என்ன Love பண்றேளாம்பா... அப்ப மைதிலி கைல உள்ள அரிவாளைப் பார்த்து, I love you சொல்லியிருக்கேன்... அப்பறம் ரெண்டு பேரும் கார்ல Office போவோம். நல்ல டிராபிக்ல ஸ்டீரிங்க விட்டுட்டு, மாது நீங்க என்ன love பண்றேளாம்பா... மைதிலி ஸ்டியரிங்கப் பிடி... I love youன்னு அலறியிருக்கேன்... முரட்டுத் தனமான காதல்... நீ Love பண்றது குஷ்மாதேவி... இவ மைதிலி - பூலான்தேவி...

சீனு : அப்பறம் என்னாச்சு?

மாது : அவ... அண்ணங்காரன் ஒத்தன் மிலிட்ரில இருக்கான். ரங்கனாதன்னு பேரு. நான் அவனைப் பாத்தது கெடயாது... அவனும் என்னப் பாத்தது கெடயாது... ஒரு நாள் மைதிலி வந்து சொன்னா... மாது, நாளைக்கு எங்கண்ணன் மிலிட்ரிலேந்து வரான், ஒரு நாள்தான் அவனுக்கு லீவு கெடச்சிருக்கு... ரெடியாயிருங்க... நாளைக்கு நம்ம கல்யாணம்னா... என்னமோ நாளைக்கு ஞாயிற்றுக் கிழமை லீவுங்கறாமாதிரி கல்யாணம்னு

சொல்லிட்டு போய்ட்டா. நான் ராவோட ராவா bus புடிச்சு மெட்ராஸ் வந்துட்டேன்...

சீனு : ஏன் வாத்யாரே... இந்த டெல்லில மைதிலியோட பழகினது, Photoலாம் எடுத்துண்டது, இதெல்லாம் உன் wife ஜானகி கிட்ட எப்பவாவது சொல்லி யிருக்கியா?

மாது : பாவி... நீ எங்காவது சொல்லி கில்லி வைச்சுடாத... ஜானகி ரொம்ப possessive nature, என் புருஷந்தான் எனக்கு மட்டும்தான்ற டைப்... இந்த மைதிலி சமாசாரம் அவளுக்குத் தெரிஞ்சுது, அடுத்த தேங்காய பிள்ளையார்க்கு பதிலா என் தலைல போட்டு உடைப்பா... நீயும் குஷ்மாதேவி Love விவகாரத்துல ஜாக்ரதையா இரு...

சீனு : சேச்சே... நம்ம குஷ்மாக்கு இந்த ஹிஸ்டீரியா பாக்டீரியாலாம் கிடையாது. நல்ல பொண்ணு... She is Good...

மாது : அப்ப எழவு அந்த Photoவ குடுக்காத... வேற print போட்டுக் குடு... நான் shave பண்ணாம print போட்டுத்தர்றேன்... வா உள்ள போவோம்...

சீனு : உனக்கு photo print போடத்தெரியுமா...?

மாது : மத்தவங்க photoவ வச்சு நீ கத்துக்கல... அது மாதிரி உன் போட்டோவ வச்சு நான் கத்துக்கறேன்... வா... உள்ளே...

(இருவரும் உள்ளே Exit; மைதிலி Entry)

மைதிலி : அண்ணா வாயேண்ணா... please நான் சொல் றத கேளு... பிடிவாதம் பண்ணாத வாண்ணா... எனக்காக வாயேன் please.

(ரங்கன் entry)

ரங்க : உன்னோட உபத்ரவமா போச்சும்மா... எப்பப்பாரு மாது மாது மாது மாதுன்னு அந்த திருட்டு பேமானி ஞாபகமாகவே இருக்கியே. அந்த அண்டப்புளுகன், ஆகாசப்புளுகன், கேப்மாரி,

சோமாரி, சே... திட்றதுக்கு வார்த்தை கிடைக்க மாட்டேங்குது... அந்தப் பனாதப்பய மாதுவை மறந்து தொலைம்மா...

மைதிலி : மறக்க முடியாது... போதுமா... அண்ணா, இது என்னோட personal விஷயம். மாதுவ Love பண்றது நான், நீ இல்ல, அத நீ மறந்துடாத.

ரங்க : என்ன பொடலங்கா Love? Love பண்றேன் பேர்வழின்னு நல்லா வாய் நிறைய பொய்பேசி உன் தலைல மிளகாய் அரைச்சான்... ஆசை காட்டி மோசம் பண்ணிப்பிட்டு இப்ப ஆள் அட்ரஸ் இல்லாம போயிட்டான்...

மைதிலி : போனவர் நிச்சயம் வருவார்ண்ணா... நிச்சயம் ஒரு நாள் மாது என்னைத் தேடி வரத்தான் போறார்...

ரங்க : வரட்டும். அதுக்குத்தானே நானும் wait பண்றேன்... மிலிட்டரில இருந்தவம்மா... தோ... பாத்தியா துப்பாக்கி: இதுல ரெண்டு குண்டு ரெடியா இருக்கு... ஒண்ணு உன்ன ஏமாத்தினத்துக்கு... ரெண்டாவது குண்டு... என்ன ஏமாத்தினத்துக்கு. ரெண்டே குண்டு... அப்பால உன் மாது லேது... க்ளோஸ்...

மைதிலி : பைத்தியம் மாதிரி பேசாத... என்னது, Photo studioல யாரையும் காணும்...

(உள்ளிருந்து குரல்கள்)

மாது : சீனு, இப்ப பார். அய்யா போட்ட print. உன் lover மூஞ்சியிலே இருந்த உன் மீசை பழையபடி உன் மூஞ்சிக்கே வந்துடுத்து பார்... எப்படி...

சீனு : Top... அய்யய்யோ... என்ன வாத்யாரே... Lover மூக்கிலேர்ந்து மீசை கரெக்டா என் மூக்குக்கு வந்துடுத்து. கூடவே Loverரோட ஜடை, பூ பொட்டெல்லாம் கூட என் தலைக்கு வந்துடுத்தே!

மாது : ஆமாம். நீ அப்படி shave பண்ண... நான் இப்படி shave பண்ணிட்டேன் போலருக்கு...

சீனு கவனிச்சியா... பொம்பளை வேஷம் உனக்கு டக்கரா இருக்குமா...

ரங்க : உள்ள இருக்காங்க போலிருக்கு... பேச்சுக் குரல் கேக்குது... திருட்டு ராஸ்கல்ஸ் உள்ள என்ன பண்ணிக்கிட்டு இருக்காங்க... நிக்க வச்சு சுடணும்...

மாது : என்ன சீனு... Studioல Telephone இருக்குதா... Receiver-ஐ எடுக்காமலயே Halloங்குது...

சீனு : Customer வந்துருக்காங்க... வாத்யாரே... இரு கண்டுக்குனு வரேன்... (வெளியே வந்து...) சாரி சார்... உள்ள வேலயா இருந்தேன்... வா... சார்... என்ன உன்ன Photo எடுக்கணுமா... மவுண்ட் ரோடு Banner கணக்கா உசரமாகீறியே... part part தான் உன்னை முழுசா எடுக்க முடியும்... ஒண்ணு பண்ணுவோம்... இடுப்பு வரை இன்னிக்கு எடுத்துக்குவோம். நாளைக்கு இடுப்புக்கு மேல் எடுக்கறேன்... அப்பால joint பண்ணிக்கலாம்...

ரங்க : இது என்ன தெரியுதா... துப்பாக்கி... ரெண்டு குண்டு இருக்கு... இன்னிக்கு ஒரு குண்டு உன்னை இடுப்புக்கு கீழ் சுடறேன்... இன்னொரு குண்டு இடுப்புக்கு மேல நாளைக்கு வந்து சுடறேன்... உசிரோட wait பண்ணறியா...

சீனு : (பயந்து) என்னம்மா குண்டு கிண்டுங்கறார்...

ரங்க : அதிகப்பிரசங்கித்தனமா பேசாம அவ சொல்றதக் கேளு...

மைதிலி : Photoல்லாம் ஒண்ணும் எடுக்க வேணாம்பா... Photo நாங்களே கொண்டு வந்துருக்கோம்...

சீனு : Photoவ நீங்க கொண்டு வந்திருக்கீங்களா? எனக்குத் தெரிஞ்சு ஆளுங்க வந்தா Photo எடுத்துத் தருவோம்... இப்ப நான் என்ன பண்ணணும்... இந்த Photoலேந்து ஆளுங்களை வெளில எடுத்துத் தரணுமா...

மைதிலி : இல்லப்பா... தோ...பார்... இந்த கவர்ல 2 photo இருக்கு. 2 photoவையும் ஓட்டை விழுந்துருச்சு...

இந்த 2 Photoவையும் மறுபடி புதுசா காப்பி எடுத்து வேற print போட்டுத் தரணும்.

சீனு : Ok செஞ்சுட்டாப் போச்சு... என்னது கவரை seal பண்ணி வச்சிருக்கீங்க...

மைதிலி : தோ... எல்லாம் எங்கண்ணனுக்கு பயந்துண்டு தான். இந்த ரெண்டு Photoலயும் நானும் என் Loverம் இருக்கோம். என் Loverஐ எங்கண்ணன் பாக்கக்கூடாது. ஆபத்து...

சீனு : ஏன்? உங்கண்ணனுக்குத் தெரியாம Love பண்றீங் களா? பாத்தா... என்ன ஆகும்...?

ரங்க : என்ன ஆகுமா...? இதுல ரெண்டு குண்டு இருக்கு. அந்தப் பேமானிய நிக்கவச்சு என் தங்கை பேரைச் சொல்லி ஒரு குண்டு... அப்பால என் பேரைச் சொல்லிக்கினு இன்னொரு குண்டு...

சீனு : அம்மா இந்தாளு கைல துப்பாக்கிய வச்சுக்கினு ரொம்ப உணர்ச்சி வசப்படறார்... காமிராவை click பண்றா மாதிரி துப்பாக்கிய மறந்து போய் click பண்ணிடப் போறார்மா...

மைதிலி : அண்ணா பேசாம இரேன்... தோ பாருங்க... எனக்கு வெளில கொஞ்சம் வேல இருக்கு... இவர் wait பண்ணுவார்... நீங்க photoவ ரெடி பண்ணி ஞாபகமா இதேமாதிரி கவர்ல போட்டு seal பண்ணி எங்கண்ணன் கைல குடுத்துடுங்க... வரட்டுமா...? (exit)

சீனு : இந்தாள் கூட என்னைத் தனியா வுட்டுட்டுப் போறியே... வாத்யாரே..

மாது : (வந்துகொண்டே) என்னடா? எதுக்குக் கூப்பிட்டே...

சீனு : துணைக்குத்தான்... வா... சார்... நம்ம friend...

மாது : சாருக்கு என்ன வேணுமாம்...

சீனு : இப்போதைக்கு அவருக்கு அவரோட தங்கச்சியோட டாவுதான் வேணுமாம்.

மாது : ஏன் இவர் தங்கையோட Lover காணாம போயிட் டாரா... நீங்க Police stationக்குப் போகணும்... இது Photo studio சார்...

ரங்க : Policeஆ? ம்... நான் மிலிட்ரி... தோ... பாத்தியா துப்பாக்கி... இதுல ரெண்டு குண்டு இருக்கு. அந்தப் பய மட்டும் என் கைல கெடச்சான்... அந்தப் பய பேர்ல இருக்கற ரெண்டு எழுத்துக்கு தலா ஒரு குண்டு வச்சிருக்கேன்...

மாது : உங்க தங்கை Loverக்கு பேர்ல ரெண்டு எழுத்தா...? என்னை மாதிரி.

ரங்க : அவன் பேர்ல இருக்கற 'மா'க்கு ஒரு குண்டு... 'து'க்கு இன்னொரு குண்டு...

மாது : 'மா'க்கு ஒரு குண்டு, 'து'க்கு ஒரு குண்டா... Lover பேர் அப்ப மாதுவா...? எங்கயோ கேட்ட பேரா யிருக்கே... சார்... மாதுவா...

ரங்க : ஏன்? பேர் கேள்விப்பட்டா மாதிரியிருக்கா...?

சீனு : இல்ல... மிலிட்ரி. இவர் பேரும் மா... ஆ...ஆ... ('ஆ'என்று கத்துகிறான்... மாது காலை மிதிக்க...)

மாது : மா...மா... மாசி... என் பேர் மாசி... சார்... உங்க தங்கை பேர்...!

ரங்க : மைதிலி...

மாது : மைதிலியா.....

ரங்க : என்னய்யா...? மாதுன்னாலும் அலர்ற? மைதிலின் னாலும் அலர்ற?

மாது : கடைசி கடைசியா ஒரு கேள்வி... முருகா இதுக் கான பதில் டக்குனு சொல்லாம இருக்க அருள் புரிப்பா...! சார், நீங்க இருக்கறது எந்த ஊர்...?

ரங்க : டெல்லி... ஏன்?

மாது : சீனு புரிஞ்சுதா...? (தனியே அழைத்து) மைதிலி... மிலிடெரி... டெல்லி...

சீனு : துப்பாக்கில ரெண்டு குண்டு வச்சுருக்கான். உனக்கு ஒரு குண்டு... உன் friendஆ இருந்ததுக்கு எனக்கு ஒரு குண்டு...

ரங்க : என்னப்பா...?

மாது : ஒண்ணுமில்லை. சார் என்னை இதுக்கு முன்னாடி எங்காவது பாத்துருக்கீங்களா...?

ரங்க : உன்னை இப்பதான்யா பாக்கறேன்... உயிரை வாங்கறே... எனக்கு யாரையும் பாக்க வாணாம்... என் தங்கைய ஏமாத்தின அந்த மாதுவ மட்டும் பாத்துட்டா போதும்... இதுல ரெண்டு குண்டு இருக்கு... நிக்க வச்சு ஒரு குண்டு, அப்பால அவனை ஓடவிட்டு ஒரு குண்டு...

சீனு : நல்லவேளை... ரெண்டும் மாதுவுக்குத்தான், எனக்கு இல்ல...

ரங்க : அனாதப்பய...

மாது : யார் சார்...

ரங்க : வேற யாரு... மாதுதான். டெல்லில வேலை கிடைக்காம நாய் மாதிரி அலைஞ்சான்... என் தங்கை அந்த நாய்க்கு வேலை வாங்கித் தந்தா... அப்புறம் டெல்லில தங்கறத்துக்கும் இடம் கிடைக்காம மறுபடி நாய் மாதிரி அலைஞ்சான்... என் தங்கை எங்க வீட்டுல அந்த நாய்க்குத் தங்க எடம் தந்தா... அந்த நாய் என் தங்கையை Love பண்ணிட்டு ஏமாத்திட்டு ஓடிட்டான். இதுல ரெண்டு குண்டு வச்சிருக்கேன்... வேலை வாங்கித் தந்ததுக்கு ஒரு குண்டு. வீட்டுல தங்க விட்டதுக்கு ஒரு குண்டு...

மாது : நீங்க இந்த மாதிரி விரோதத்தை வளத்துக்காதீங்க. பாவம்... அந்த மாதுக்கு என்ன problemமோ... இன்னா செய்தாரை ஒறுத்தல் அவர் நாண நன்னயம் செய்து விடல்... மன்னுச்சுடுங்கோ.

ரங்க : No. என்னப் பொறுத்த வரை இன்னா செய்தாரை நிறுத்தி அவர் சாவ ரெண்டு குண்டு வெடித்தல்... சோ, Photoல என் தங்கையும் அவ Loverம் இருக்கா... தாஜ்மஹால் முன்னாடி ஒரு photo - குதுப்மினார் முன்னாடி இன்னொரு Photo - ரெண்டு எடத்துலயும்

சத்தியம் பண்ணான் - கல்யாணம் பண்ணிக்க றேன்னு...

சீனு : அப்படியா... வாத்யாரே...

மாது : என்னை ஏண்டா கேக்கற? சத்தியம் பண்ணது அவர் தங்கச்சியோட Lover.

ரங்க : ரெண்டு குண்டு வச்சிருக்கேன்... தாஜ்மஹால் சத்தியத்துக்கு ஒரு குண்டு... குதுப்மினார் சத்தியத் துக்கு இன்னொரு குண்டு...

சீனு : ஏன் சார்... நீங்கதான் உங்க தங்கச்சி Loverரை பாத்தது கிடையாது. photoவையும் உங்ககிட்ட காட்டக் கூடாதுன்னு உங்க sister சொல்லிட்டாங்க... தெரியாத ஆளை எப்படி சுடுவீங்க... ஓ! உங்க தங்கை பாத்து... இதான் அந்த மாதுன்னு சொன்னா... அப்ப சுடுவீங்களா?

மாது : நீயே ஏண்டா அவனுக்குச் சொல்லித்தர... வாணாம் - பொத்திண்டு பேசாம இரேன்...

ரங்க : என் தங்கை அவனை காட்டமாட்டேங்கறாளே! photoவை கூட பாக்கக்கூடாதுன்னு சத்தியம் வாங்கிக்கிட்டா...

சீனு : அப்பவே கேக்கணும்னு இருந்தேன்... என்ன இந்த photo வச்ச கவர்ல ஓட்டை...

ரங்க : நான்தான் சுட்டேன்... photoல எந்தப் பக்கம் மாது, எந்தப் பக்கம் நீன்னு கேட்டேன்... வலது பக்கம் மாது இருக்கான்னு என் தங்கை சொன்னா... photoவையானா சுடலாம்னு... சுட்டேன்...

மாது : So, அப்ப இந்த துப்பாக்கில இதுக்கு முன்னாடி மூணு குண்டு இருந்ததுன்னு சொல்லுங்க...

ரங்க : Loveவோட நிறுத்தியிருந்தா கூட மனசை தேத்திக் கிண்டிருப்பேன். கல்யாணம் பண்ணிக்கிறேன்னு சத்தியம் பண்ணியிருக்காம்பா...

சீனு : இதெல்லாம் நீ சொல்லவேயில்லையே வாத்யாரே...

மாது : சும்மா இரேண்டா...

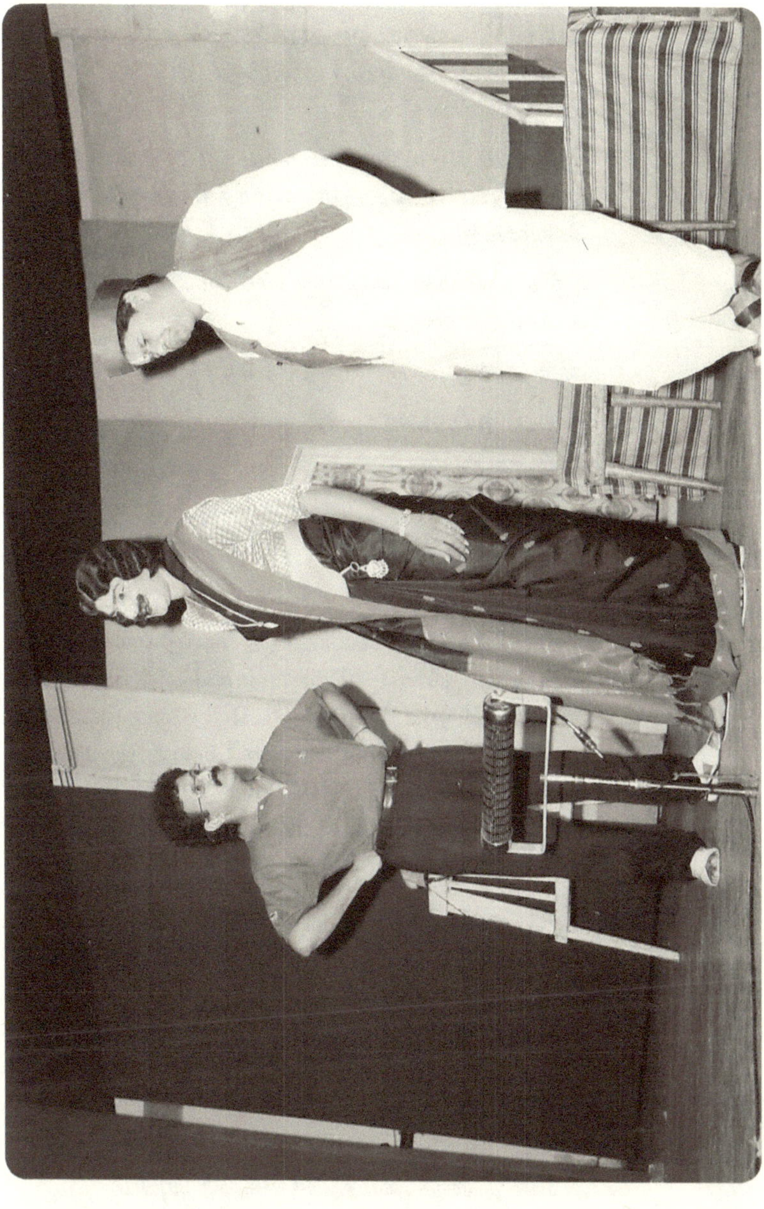

ரங்க : நான் மிலிட்டரிலேந்து வந்து பாக்கறேன்... என் தங்கை சொன்னா... இவன் ராவோட ராவா டிமிக்கி கொடுத்து ஓடினதுலே என் தங்கை மட்டும் ஏமாறலை. நானும் ஏமாந்துட்டேன்... இதுல ரெண்டு குண்டு...

மாது : தெரியும்... உன் தங்கைய ஏமாத்தினத்துக்கு ஒண்ணு... உங்களை ஏமாத்தினத்துக்கு இன் னொண்ணு...

சீனு : உங்க தங்கைய அந்தாளு விட்டுட்டுப் போய் எவ் வளவு நாளாவுது...

ரங்க : அது ஆவுது... குண்டு வருஷம்...

சீனு : குண்டு வருஷமா...

மாது : ரெண்டு வருஷம்கறார். வாயத் தொறந்தா சாருக்கு குண்டுதான்...

ரங்க : சரி, நான் வாசல்ல wait பண்றேன்... photo copy எடுத்துடு. என்ன...

மாது : சார்... நீங்க வேற studioக்கு போயிடுங்க... ஏன்னா இவன் ஒத்துண்டு சரியா பண்ணலேன்னா - நீங்க எங்கயான ஏன் ஒத்துண்டேன்னு ஒரு குண்டு... ஒத்துண்டு ஏன் சரியா பண்ணலேன்னு இன்னொரு குண்டு... சுட்டு வச்சீங்கன்னா... இவன் பாவம் சாது... தீபாவளிக்கு கேப் வெடிச்சாலே மயக்கம் போட்டுடுவான்...

ரங்க : (சிரித்து விட்டு) photo ரெடியானதும் குரல் கொடு... வாசல்ல wait பண்ணறேன்...

(ரங்கநாதன் exit)

மாது : சீனு... நான் பின்பக்கமா ஓடிடவா...

சீனு : நீ ஏன் வாத்யாரே... பயப்படற... அவனுக்கு நீ தான் மாதுன்னு தெரியாது...

மாது : அவன் தங்கை மைதிலிக்குத் தெரியுமே...

சீனு : மிலிட்டரிய photoவைக் collect பண்ணிக்கச் சொல்லிட்டு அவதான் போயிட்டாளே. தில்லா

இரு... நான் போய் குஷ்மா தேவி கைல நம்ப photoவ தந்துட்டு Styleஆ Hindiலே 'குஷ்மா தும்மேலே மேரா ப்யார் கர்த்தா ஹை...' னு சொல்லிட்டு வந்துடறேன்... studioவ பாத்துக்க...

(சீனு exit)

மாது : நான் என்ன பாத்துக்கறது... அதான் வாசல்ல கூர்க்கா மாதிரி அந்த மிலிட்டரி குந்திக்கினு இருக்கானே...

(போன சீனு ஓடி வருகிறான்)

சீனு : வாத்யாரே... நான் close...

மாது : என்னடா...

சீனு : சோடா லால் வந்துக்குனு இருக்கார்...

மாது : சோடா லாலா...

சீனு : வட்டிக் கடைக்காரன்... சேட்டு... அவன் கைல 1000 ரூபா கடன் வாங்கியிருந்தேன்... அது வட்டி போட்டு போட்டு இப்ப 5000ல நிக்குது... வந்துக்குனு இருக்கான்... நான் இப்ப எங்க ஒளிஞ்சுக்கறது...

மாது : இருடா... நான் எங்க ஒளிஞ்சுக்கறதுன்னு யோசிச் சிண்டிருக்கேன். மிலிட்டரிய நெனச்சா பயமா இருக்கு...

சீனு : ஆ... வாத்யாரே... நான் இங்க ஒளிஞ்சுக்கறேன். சோடாலால் வந்தா சீனு இல்லேன்னு சொல்லிடு. எப்படியான சமாளிச்சு அனுப்பிடு... (சீனு வெளியே ஓடப் பார்க்கையில், திரும்பவும் studioக்குள் ஓடி வந்தபடியே) வாத்யாரே நான் close.

மாது : ஏண்டா... 'குஷ்மா மே ப்யார் கர்த்தா ஹை'ன்ன வுடனே.... குஷ்மாதேவி... 'தும் பத்மாஷ் ஹை'னு காறி மூஞ்சிலே துப்பிட்டாளா...

சீனு : இல்லை வாத்யாரே... கத்திக்குத்து கன்னியப்பன் வந்துகினு இருக்கான்...

மாது : கத்திக்குத்து கன்னியப்பனா...

சீனு : ஆ! பெரிய ரவுடி...

மாது : எதுக்கு வரான்...

சீனு : கன்னியப்பனோட main business வட்டிக்குக் கடன் தர்றது... தன்கிட்ட தகராறு பண்ணறவங்களை hobbyக்காக கத்தியால் குத்துவான்... அவன் கைல நான் 1000ரூபா... கடனாய் வாங்கியிருக்கேன்... வட்டி வேற ஜாஸ்தியாயிடுத்து... அவன் type என்னன்னா நேர்ல பாத்தான்... ஏண்டா அசல் 1000 ரூபா தரலைன்னு ஒரு தடவை குத்துவான்... அப்பால வட்டிக்கு இன்னொரு தடவை குத்து வான்... ரெண்டு குத்து...

மாது : என்ன கண்றாவிடா இது... வாசல்ல ஒரு முரடன், ரெண்டு குண்டு ரெங்குடு, ரெண்டு குண்டோட wait பண்ணறான்... இப்ப கத்திக்குத்து கன்னியப்பன்னு ரவுடி ஒருத்தன் ரெண்டு குத்தோட வரான்... இன்னிக்கு ஏதோ பெரிசா ஆபத்து எனக்கு நடக்கப் போறது... என்ன பாக்கற?

சீனு : ஒளிச்சுக்கறதுக்கு நல்ல இடமா பாக்கறேன்...

மாது : அப்படியே எனக்கும் பாரு... இன்னிக்கு ஏதோ ஆபத்து...

சீனு : நான் இல்லேன்னு சொல்லி சமாளிச்சு கன்னியப் பனை அனுப்பிவிடு... வாத்யாரே... ஆ! இங்கதான் கரைக்ட்...

(காமிரா துணிக்குள் மறைந்து கொள்கிறான்; விபூதி யைப் பட்டையாக இட்டபடி, வெள்ளை வேஷ்டி சட்டையுடன் கன்னியப்பன் வருகிறான்...

கன்னி : சார்! studioல யாரும் இல்லையா?

மாது : என்ன photo எடுத்துக்கணுமா...? இன்னிக்கு studio close; போய்ட்டு அப்புறம் வா... சார்...

கன்னி : இல்லை, நான் wait பண்ணறேன்...

மாது : சொல்றதைக் கேளுய்யா... பாத்தா சாதுவா, பெரிய மனுஷனா இருக்க... போய்ட்டு அப்புறம்

வா... இங்க இன்னும் கொஞ்ச நேரத்துல ஒரு பெரிய ரகளை எதிர்பார்க்கப்படுகிறது... கத்திக் குத்தெல்லாம் நடக்கும்; நீ போயிடு...

கன்னி : பரவாயில்லை...

மாது : என்ன புரியாம பேசற... நீ இந்த காலனிதானே... கத்திக்குத்து கன்னியப்பன் வந்துண்டுருக்கான்யா.

கன்னி : வந்தாச்சு சார்... நான்தான் கன்னியப்பன்... கத்திக் குத்து கன்னியப்பன்.

மாது : What? நீ கத்திக்குத்து கன்னியப்பனா...பேட்டை ரவுடீன்னாங்க...?

கன்னி : அதெல்லாம் ஒரு காலத்துல...இந்த photo studio சீனுவுக்கு கொடுத்த கடனை வாங்கறத்துக்காக நாயா அலைஞ்சதுல என் ரவுடித்தனமெல்லாம் போய், இப்ப சாதுவாயிட்டேன். தண்ணி காட்டறான் சார்... கண்ணுலயே பட மாட்டேங்கறான் சார்.....

மாது : எப்ப கடன் 1000 ரூபா தந்தே...?

கன்னி : அது ஆச்சு 10 வருஷம்...

மாது : 10 வருஷமாவா சீனு உன்னை டபாய்க்கறான்... பாத்துக் கேட்டுற வேண்டியதுதானே.....

கன்னி : பாத்தா கேட்டுடலாமே... பாக்கத்தான் முடியலை... 10 வருஷம் முன்னாடி கடன் தந்தப்போ சீனுவை பாத்தது... அதுக்கப்புறம் கண்ணுலயே படலை...

மாது : என்ன பெட்டி தலைகாணிலாம்...?

கன்னி : எவ்வளவு வருஷமானாலும் சீனுவை பாக்கற வரை இங்கயே தங்கறதா முடிவு கட்டிட்டேன்... தலைகாணி நான் தூங்க... பெட்டில என் துணி மணிலாம் இருக்கு; நீங்க யாரு...?

மாது : மாது... சீனுவோட friend...

கன்னி : சீனு இல்லியா...

மாது : காந்தி மாதிரி சத்யாக்ரகம் பண்ணறானே... இவனை எப்படி அனுப்பறது... அ...கன்னியப்பா சும்மா தானே இருக்கீங்க... photo எடுத்துக்கறீங்களா...

கன்னு : அதெல்லாம் வேணாம்பா...

மாது : வாங்க... photo எடுத்துக்க 20 ரூபா ஆகும்... சீனு தரவேண்டிய 1000 ரூபாய்ல 20 ரூபா இப்படி கழிக்கலாம் இல்லியா...வாங்க... அப்படி நில்லுங்க...

கன்னி : என்ன sizeல எடுக்கப்போற... passport size ஆ? post card sizeஆ?

மாது : உன்னை post card size... post cardல ஒட்டற stamp sizeக்கு இருந்துண்டு...கேள்வி வேற...(துணிக்குள் போகிறான்...)

கன்னி : Lens வழியா நான் தெரியறேனா...

மாது : (வெளியே வந்து) நேர்ல பாத்தாலே சரியாத் தெரிய மாட்டேங்கறான்..... lens வழியா பாத்தா தெரியு தாங்கறான்... இரு Focus பண்ணிப் பாக்கறேன்... கொஞ்சம் பின்னாடி போ...

கன்னி : போதுமா?

மாது : இன்னும் கொஞ்சம் போ...

கன்னி : போதுமா... போதுமா...

மாது : வேஷ்டிதான் தெரியுது... இப்ப எடுத்த கலர் photo கூட வெள்ளையாத்தான் தெரியும்... இன்னும் போ...

கன்னி : போதுமா...

மாது : இடுப்பு இப்பதான் ஓரளவு தெரியுது... போ... இன்னும் போ. (அவன் போக)

கன்னி : போதுமா?

மாது : நான் போதும்னு சொல்றவரைக்கும் போய்க்கினே இரு... போ... போ...

கன்னி : போதுமா... (Stage உள்ளே போகிறான்).

மாது : போ...

கன்னி : பின் பக்கக் கதவு வந்துடுத்து... போதுமா...

மாது : கதவைத் திறந்து ரோட்டுக்குப் போ.....

கன்னி : போதுமா...

மாது : அப்படியே ப்ளாட்பாரத்துல போய்க்கினே இரு... சீனு, வெளில வா...

சீனு : (வெளியில் வந்து...) எங்க வாத்யாரே, கன்னி யப்பன்...

மாது : இந்நேரம் தெரு தாண்டியிருப்பான்... போதுமா போதுமான்னு... இந்த ஏரோப்ளேன் பாண்டில ரைட்டா, ரைட்டா, ரைட்டா, ரைட்டானு கேட் டுண்டு போவாங்களே... அதுமாதிரி பின்னாடி reverseல போய்ண்டு இருக்கான். இப்படியே போனா எப்படியும் ஒரு 10, 15 வருஷத்துல இதே எடத்துக்கு வந்து, உலகம் உருண்டைம்பான்.....

சீனு : சரி, நான் போய்ட்டு குஷ்மாதேவியை பாத்துட்டு வரேன்...நீ அதுக்குள்ள அந்த மிலிடெரி கொடுத்த photoவை, நீயும் உன் Loverம் இருக்கீங்களே, அத்த உள்ள போய் print போட்டு, காப்பி எடுத்துவை... நான் வந்து final பண்ணித் தரேன்... (exit)

மாது : தலையெழுத்து... என் photo வை நானே print போட வேண்டியிருக்கு... (உள்ளே exit...)

(சீனு போகும் சமயம் ரங்கநாதன் வர...)

ரங்க : என்னப்பா... ரெடியா...

சீனு : தோ... ஒரு நிமிஷம் நம்ம Friend print போட உள்ள போயிருக்கார்... நான் urgent வேலையா வெளிய போய்ட்டு வந்துடறேன்...

(மைதிலி entry)

மைதிலி : என்னண்ணா...photo ரெடியா...?

ரங்க : அடடே! என்ன வந்துட்ட? நான்தான் collect பண்ணிண்டு வரேன்னேன்னே!

மைதிலி : Shopping போனேன்...மாதுவுக்குப் பிடிச்ச பச்சை கலர் சாரி எடுத்தேன்... கார்ல இருக்கு...

ரங்க : மறுபடி மாதுவா... ஏம்மா... இப்படி அவனை நம்பி ஏமார்ற... அவன் போனவன் போனவன் தான்...

மைதிலி : இல்லண்ணா... நிச்சயம் ஒரு நாள் திரும்பி வரத்தான் போறார்... என்னை கல்யாணம் (மாது entry) பண்ணிக்கத்தான் போறார்...

ரங்க : இந்நேரம் அவனுக்குக் கல்யாணமாகி ரெண்டு குழந்தை கூட பெத்துண்டுருப்பான்... பரதேசிப் பய... அவனை நம்புறயே...

மைதிலி : போதும்... உடனே துப்பாக்கி, ரெண்டு குண்டு ஆரம்பிக்காதே... எங்க யாரையும் காணோம்...

ரங்க : இந்த சீனுவுக்கு ஒரு Friend இருக்கான்... அவன்தான் print போட போயிருக்கான்... Hallo... Readyஆ... time ஆறது... என்ன பண்ணறான்?

(குரல்: போதுமா... போதுமா...)

(கன்னியப்பன் reverseல் entry)

கன்னி : போதுமா...போதுமா... போதுமா... (ரங்கநாதன் மேல் இடித்து) கொஞ்சம் தள்ளிக்கறீங்களா... போதுமா...!?

ரங்க : யோவ்! என்னய்யா பண்ணற...?!

கன்னி : (பார்த்து) எங்கயோ, பாத்த எடமா இருக்கே... அடடே! studio... காமிரால Focus பண்ண பின்னாடி போகச் சொன்னார். அதான்... (காமிரா அருகில் வந்து) சார்... இந்த வேடிக்கையை பாத்தீங்களா...?! (துணியை எடுக்க... மாது...)

மைதிலி : மாது... நீங்களா...?!

மாது : மைதிலி...

மைதிலி : மாது... நீங்க இங்க எப்படி...?! அண்ணா நான் சொல்லலை... என் மாது என்கிட்ட திரும்பி வருவார்னு...

கன்னி : மாது எங்கம்மா திரும்பி வந்தார்...? நான் இல்லே திரும்பி, பின்னாடியே வந்தேன்.....

ரங்க : மைதிலி... இதான் மாதுவா?! (மைதிலி தலையை ஆட்ட)... திருட்டு ராஸ்கல்... (சொக்காயைப் பிடித்து) ஓடாத... ஓடினே... இதுல ரெண்டு குண்டு

இருக்கு... கையைத் தூக்குடா... கபோதி... Hands up!

மாது : மைதிலி உங்கண்ணன் கிட்டச் சொல்லு...சுட்டு வச்சுடப் போறார்.....

மைதிலி : அண்ணா! Please துப்பாக்கிய கீழே போடு...

ரங்க : மைதிலி! நீ பேசாத, தள்ளி நின்னு வேடிக்கை பாரு...

மாது : கன்னியப்பா! ஒரு காலத்துல பேட்டை ரவுடியா இருந்துருக்கே... பாத்துண்டு நிக்கறயே...சுட்டுடப் போறார்...

கன்னி : டாய்!...

ரங்க : ஏய்! அவனுக்கானா சுடறதுக்கு குண்டு வேணும்... உனக்கு அது கூட வேணாம்... நீயே குண்டு மாதிரி இருக்கே... துப்பாக்கிக்குள்ள உன்னைப் போட்டு வானத்தைப் பார்த்து சுட்டு, directஆ சொர்க்கத்துக்கு அனுப்பிடுவேன்.....

கன்னி : சரி! சார்... நான் வரேன்...

மாது : கன்னியப்பா... போகாத... சீனு இப்ப வருவான்-... 1000 ரூபா கடன்...

கன்னி : 10 வருஷம் பொறுத்தேன்... எனக்கு அவசரம் இல்லை... நான் அப்பால வாங்கிக்கிறேன்... என்னை வுட்டுடு... (exit)

மைதிலி : அண்ணா... please...

ரங்க : ராஸ்கல்... எங்கிட்ட இத்தனை நேரம் பேசிண்டிருந் தாம்மா.....

மாது : நீதான் மைதிலி அண்ணன்னு அப்ப எனக்குத் தெரியாது. சார்...

ரங்க : உன் இஷ்ட தெய்வத்தை வேண்டிக்க...

(சீனு Entry)

மாது : சீனு, நீயானா சொல்லுடா...

சீனு : சார்...வேணாம் சார்...சொல்லும்மா... please-

மைதிலி : அண்ணா please...

ரங்க : பேசாத... இதுல ரெண்டு குண்டு இருக்கு... ரெண்டு குண்டு...5 வரை எண்ணறேன்..... எண்ணிக்கோ... 1...2...3...4...Love பண்ணறேன்னு பொய்சொல்லி ஏமாத்தற...

மாது : நீதான் பொய் சொல்லற, Yes... நீ பொய் சொல்லற... அதுல ரெண்டு குண்டு இருக்குனு... நீ குண்டுவிடற... அது வெத்து துப்பாக்கி...

ரங்க : இதுல ரெண்டு குண்டு இல்லியா?

மாது : Yes -

ரங்க : முட்டாள்... தோ... பார்... (வானத்தைப் பார்த்துச் சுட... டுமீல்)...போதுமா... நான் பொய் சொல் றேனா......?

மாது : Yes...ரெண்டு குண்டுனு சொன்னியே... ஒண்ணு தானே இருக்கு...

ரங்க : இப்ப பாரு! டுமீல்... போதுமா? இப்ப ரெண்டு குண்டு இருக்குங்கறதை... இப்ப என்ன சொல்லற...

மாது : இது வெத்துத் துப்பாக்கிதான்... ரெண்டு குண்டை யும் சுட்டுப்புட்டியே... நான் முட்டாளா!? நீதான் முட்டாள்... மூளை எங்கயோ ஓசரத்துல இருக்கா... வேலை செஞ்சா கூட உனக்குத் தெரியலை...வாடா சீனு...

ரங்க : இப்ப என்ன சொல்ற... (இன்னொரு துப்பாக்கியை எடுத்து...) என்கிட்ட குண்டு மட்டும் ரெண்டு இல்லை... துப்பாக்கியும் ரெண்டு இருக்கு... இதுலயும் ரெண்டு குண்டு இருக்கு... ரெடியா 1, 2, 3...

மாது : யோவ், நான் என்ன தப்புய்யா பண்ணேன்.....

ரங்க : கேப்பியே... என் தங்கையை Love பண்ணிட்டு ஓடி வந்துட்டியேடா... ராஸ்கல்...உன்னை நம்பி இவ வாழாவெட்டியா இருக்காடா... இது தப்பு இல்லாம... உலக மகா சேவையா...

மாது : உன் தங்கை கஷ்டத்தைச் சொன்னியே...என் கஷ்டத்

தைக் கேட்டியா... முண்டம்... என்னை நெனைச்சிண்டு கல்யாணம் பண்ணிக்காமலேயே உன் தங்கை இருந்தாங்கறியே... நானும்தாண்டா... Yes, நானும்தான்... உன் தங்கை மைதிலியை எப்பவானா சந்திப்போம்கற நம்பிக்கையில இத்தனை நாளா கல்யாணம் பண்ணிக்காம இருக்கேண்டா... நானும் தான் வாழா வெட்டி...

சீனு : வாத்தியாரே...

மாது : நீ சும்மா இருடா... என்னமோ பூச்சி காட்டறான்...

மைதிலி : மாது! நீங்க கல்யாணம் பண்ணிக்கலயா?

மாது : ஆமாம்மா... மைதிலி... எப்படிம்மா பண்ணிப்பேன்... மனசார உன்னை நேசிச்சுட்டு வேற ஒருத்திக்குத் தாலிகட்டற அளவுக்கு நான் துரோகி இல்லம்மா.....என்னமோ அண்ணனும் தங்கையும் துப்பாக்கிய காட்டி பூச்சி காட்டறீங்களே...

ரங்க : மாது சார்...

மாது : குறுக்க பேசாதய்யா...நான் என் Loverகிட்ட பேசிண்டு இருக்கேன்...

மைதிலி : மாது... அப்ப ஏன் சொல்லாம கொள்ளாம டெல்லியை விட்டு ஓடினீங்க...

மாது : எனக்கிருக்கற கஷ்டங்கள் இன்னொருத்தனுக்கு இருந்தா... டெல்லியை விட்டு என்ன... இந்தியாவை விட்டே ஓடியிருப்பான்.....

மைதிலி : மாது... சாரி... நாங்க உங்களைத் தப்பா புரிஞ்சுண்டுட்டோம்... உங்களுக்கு அப்படி என்ன கஷ்டங்கள்...

மாது : ஒண்ணா... ரெண்டா... சொல்றதுக்கு...Infact என் கஷ்டங்களை நானே மறந்துட்டேன்... திடீர்னு கேட்டா யோசிச்சு யோசிச்சுத்தான் சொல்லணும்... மறந்து போற அளவுக்குக் கஷ்டங்கள்...

மைதிலி : மாது...

மாது : என் தங்கை ஜானகிக்கு நிச்சயமான கல்யாணம் நின்னுடுத்து...

சீனு : வாத்யாரே...

மாது : குறுக்க பேசாதடா... கோர்வையா வராது... மெட்ராஸ்லேந்து தந்தி வந்தது... அடிச்சு புரட்டிண்டு வந்தேன்... வந்தா தங்கை ஜானகி கல்யாணம் நின்னுபோயிருக்கு... யோவ், உன் தங்கைக்காக என்னைச் சுடவந்தியே...என் தங்கைக்காக நான் யாரைச் சுடறது... It is alright விடு...

ரங்க : உங்களைப் பத்தி சரியா புரிஞ்சுக்காம முரட்டுத் தனமா நடந்துட்டேன் சார்... மன்னிச்சுடுங்க சார்...

மைதிலி : அய்யோ அண்ணா, இன்னும் என்ன அவரை சார், மோர்னு கூப்பிடற...

மாது : அதானே... சும்மா மாதுன்னே கூப்பிடுங்க... என்ன மைதிலி...?!

மைதிலி : நான் அதைச் சொல்லலை...

மாது : பின்ன...

மைதிலி : மாப்பிள்ளைன்னு கூப்பிடறதுதானே இனிமே கரெக்ட்...

மாது : மாப்பிள்ளையா... மைதிலி...

மைதிலி : நல்ல நாள் பாத்து நானும் அண்ணாவும் வீட்டுக்கு வர்றோம்... simpleஆ கல்யாணத்தை முடிச்சுடலாம்...Ok... உங்க address தர்றீங்களா?

மாது : இல்லை, மைதிலி நீ வீட்டுக்கு வர முடியாது...

மைதிலி : ஏன்... ?

மாது : நான் இப்ப hotelல இருக்கேன்...

சீனு : வாத்யாரே...

மாது : தள்ளிப் போடா... எங்க குடும்ப விஷயம் நாங்க பேசறோம்... நீ ஏன் குறுக்க குறுக்க வர... மைதிலி, எல்லா விஷயத்தையும் இப்ப நான் சொல்ல முடியாது... அந்த நிலைல இருக்கேன்... உன்னோட address குடு... அங்க வந்து பேசிக்கறேன்...

மைதிலி : Ok... Hotel Chola-ல தங்கியிருக்கேன்... Room No 403...

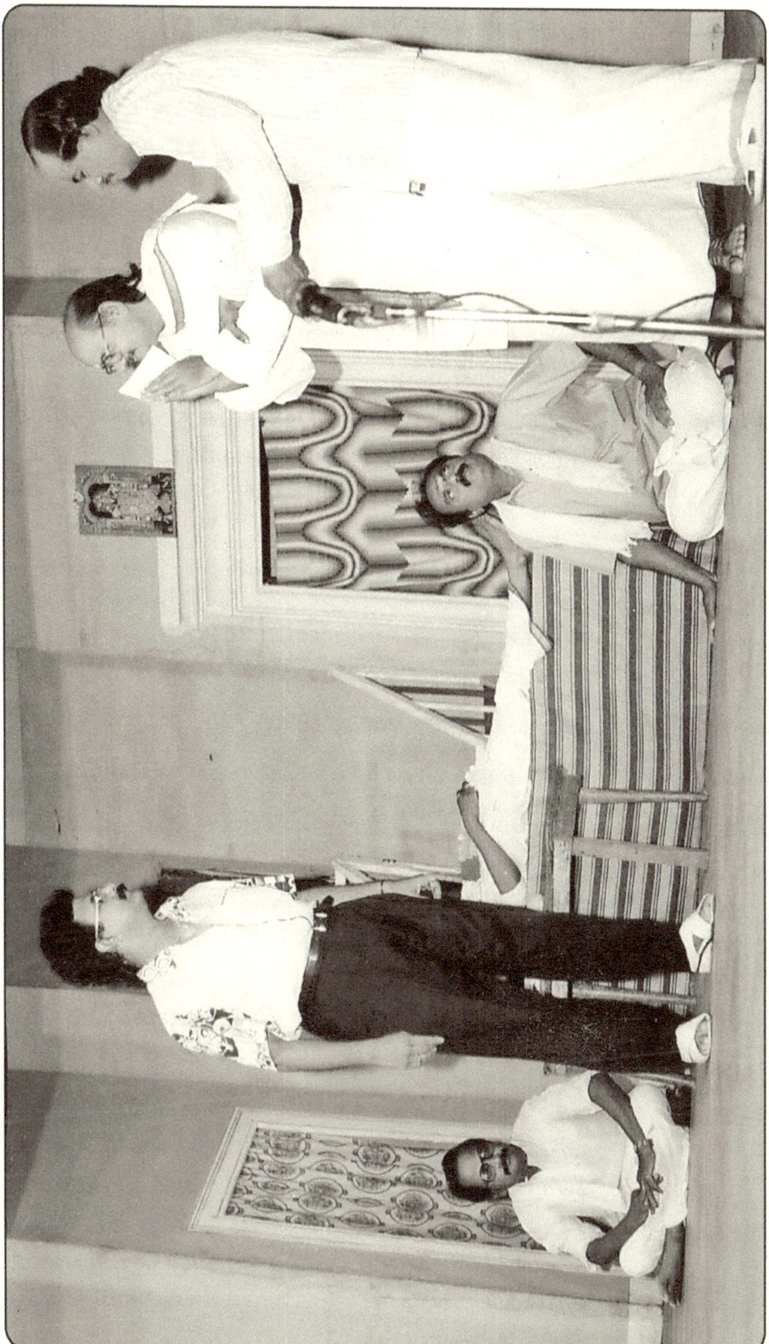

மாது : 5 star ஓட்டலாச்சே...

மைதிலி : ஆபீஸ் செலவழிக்கறாங்க...Ok evening வந்துடுங்க... We will be waiting for you... எனக்கு டயமாச்சு...

சீனு : அம்மா... நீங்க கொடுத்த photo...

மைதிலி : பாத்தியா... நானும் மாதுவும் Love பண்ணதுக்கு என்கிட்ட உள்ள ஒரே அத்தாட்சி இதுதான்... Thanksபா... சீனு, எனக்கும் மாதுவுக்கும் நடக்கப் போற கல்யாணத்துக்கு நீதான் photo எடுக்கப் போற...

சீனு : பின்ன... மாது கல்யாணத்துக்கு நான் Photo எடுக்காமலயா... போன தபாகூட நான்தானே எடுத்தேன்.....

மைதிலி : என்ன...

மாது : போன வாரம் ஏதோ கல்யாணத்துல photo எடுத்ததைச் சொல்றான்... Room No 403, Hotel Chola... வந்துடறேன்...

மைதிலி : See you... See you... (Exit)

ரங்க : வரேன் சார்... சாரி... வரேன் மாப்பிள்ளை.....

சீனு : வாத்யாரே... என்னது... இந்த ரீல் வுடறே... கல்யாணமாகலேங்கற... தங்கச்சி கல்யாணம் நின்னுடுச்சிங்கற... ரீல் சும்மா நூல்புடிச்சா மாதிரி... சரளமா விட்டுக்கினே போற... நீ மட்டும் அரசியல்ல நுழைஞ்சு, கட்சி ஆரம்பிச்சு, எலக்ஷன்ல நின்னே... இந்தியா பூரா எல்லா stateலயும் உன் ஆட்சிதான் நடக்கும்...

மாது : வேற வழி... அந்த தடியன் கைல துப்பாக்கி இல்ல வச்சுருக்கான்... இப்ப சொல்லு பொய் நானா சொல்றேன்... சொல்ல வைக்கறாங்க... பீடை, உன்னை எவன் அந்தப் போட்டோவை போய் நீட்டச் சொன்னான்... அதுதான் நான் Love பண்ணினத்துக்கு அத்தாட்சிங்கறா..... அழகா கிழிச்சு போட்டிருக்கலாம்.....

சீனு : அது சரி... அந்தப் பொண்ணைக் கட்டிக்கிறேன்னு சொல்லியிருக்கே... திரும்பி உன்னைப் பாத்தா கேக்குமே.....

மாது : பாத்தாத்தானே... அதான் lodgeனுட்டேன் பாத்தியா...மணி 10.30 ஆறது...கிளம்புடா... ஆபீஸ்ல இன்னிலேந்து ஒரு வாரம் Auditing... மானேஜர் கத்துவான்...

சீனு : கேக்கணும்னு இருந்தேன்...auditingனா என்ன...?

மாது : சாதாரணமா auditingனா ஒரு வாரம் நடக்கும்... அந்த ஒரு வாரத்துல் எல்லா fileலயும் எடுத்து, Auditor முன்னாலே check பண்ணுவாங்க... நம்ம officeல எல்லா fileலயும் எடுத்து முடிக்கவே ஒரு வாரம் ஆயிடும்... அப்புறம் அப்படியே அந்தந்த எடத்துல வச்சுட வேண்டியதுதான்...

சீனு : அப்ப auditing...

மாது : அடுத்த வருஷம் நடக்கும்...

(திரை)

காட்சி 3

மாது வேலை பார்க்கும் ஆபீஸ்

(மானேஜர் உள்ளிருந்து வெளியே வருகிறார்... ஒரு **clerk, chair table**ல் அமர்ந்து இருக்கிறார்...)

மானே : ருக்மாங்கதன்... Bro ருக்மாங்கதன்... ஆபீஸ்ல தூங்கக் கூடாது; எழுந்துரு...

ருக் : (தூங்கும் அவன் எழுந்து மானேஜரைப் பார்த்து Salute அடித்து) Good Morning Sir, Good Morning Sir...

மானே : நியாயமா பாத்தா நான் உனக்கு Good Night, Sweet Dreams சொல்லணும். என்னய்யா எப்பப் பார்த்

தாலும் வயசான பாட்டிமாதிரி சுருண்டு சுருண்டு தூங்கற? வேணும்னா போய் பல் தேய்ச்சுட்டு காபி சாப்டுட்டு வா. சுறுசுறுப்பா இரு... இன்னிக்கு officeல ஆடிட்டிங் நடக்கப்போறது தெரியுமா?

ருக் : தெரியும் சார்...

மானே : என்ன தெரியும்... அந்த Income - Expenditure file காணும்னு சொன்னேனே, தேடிக் கண்டு புடிச்சியா?

ருக் : நான் thoroughவா தேடிப் பாத்துட்டேன்.. கிடைக்கல சார். அந்த டயர்டுனாலதான் தூங்கிட்டேன்...

மானே : என்னய்யா உசிரை வாங்கறீங்க... மணி பார் 11.00 ஆறது. இன்னும் கொஞ்சநேரத்துல ஆடிட்டர் வந்துடுவார்... மூதேவி... கொட்டாவி விடாம கேளு... Head office டெல்லிலேர்ந்து ஆடிட்டர் வர்றார்யா... fileலை காணும்னு தெரிஞ்சுது வேலை பூடும்...

ருக் : வேலை போய்டும்னீங்களே... சார்... உங்களுக்கா? எனக்கா...?

மானே : எனக்குத்தான் சொன்னேன்... உனக்கு ஏற்கெனவே தூங்கினதுக்கு போயாச்சு... உள்ள termination letter ரெடியா வச்சிருக்கேன்... தூக்கத்துல எழுப்பித் தர வேண்டாம்னு பாத்தேன்...

ருக் : சார் File incharge மாதுதான்... நீங்க என்னப் போய்...

மானே : என்னய்யா அந்த accountant மாது இன்னுமா வரலை... மணி 11-00 ஆறது... peon சீனு வந்தானா...

ருக் : இல்லை சார்...

மானே : ஆபீஸ்ல இருக்கறது நாலுபேரு... அதுல ரெண்டு பேர் வரலை. எழவு நீ வந்திருக்கவே வேண் டாம். நான் இருந்து தனியா அல்லாடறேன்... ருக் மாங்கதன்...

ருக் : குட்மார்னிங் சார்.

மானே : நான் என்ன இன்ஸ்பெக்டர், நீ கான்ஸ்டபிளா? எப்பப்பாரு என்ன Good Morningனு Salute? எழுந்து நில்லு... உக்காந்து தூங்காத... மாது, சீனு வந்தா சொல்லி அனுப்பு... வந்து பேசிக்கறேன்... Irresponsible fellows... (உள்ளே போகிறார்)...

(மாது, சீனு Entry)

மாது : என்னய்யா ருக்கு? நின்னுன்டுருக்க... தூங்கல... மணி 11.05 ஆறது. உனக்கு இது ரெண்டாம் ஜாமமாச்சே?

ருக் : மாது... ஏன் லேட், மணி 11.00 ஆறது. டெல்லிலேர்ந்து auditor வறாராம்... மானேஜர் சூடா இருக்கார்...

மாது : சூடா இருக்காரா? நீ எதான எங்களப் பத்தி கொளுத்திப்போட்டு வத்தி வச்சிருப்பே... அதான் சூடா இருக்கார்... கருங்காலிடா இவன்...

சீனு : தோ...பார்... எங்களுக்கு எதான ஆச்சு... அப்பால உனக்குத் தூக்கம் இல்ல, துக்கம்தான்... டின்னு கட்டிடுவேன்...

(மேனேஜர் வருகிறார்)

மாது : Good Morning sir...

சீனு : Good Morning sir...

மானே : என்னய்யா Good Morning... What is this...? ம்... மணி பார்-11-00 ஆறது, ஆடிட்டிங் நடக்கற போது நீங்க உங்க இஷ்டத்துக்கு மெதுவா ஆடிட்டே வர்றீங்களே... ஏன் லேட்டு... want the காரணம்... immediately...

மாது : Sir, அந்த ஒண்ணுவிட்ட மாமா கோபால்சாமி செத்தார் இல்லையா?

மானே : தெரியும்யா... நான்தான் deathக்கு வந்தேனே... தயவுசெய்து bodyய இன்னும் எடுக்கலேன்னு மட்டும் சொல்லாத...

மாது : அது இல்ல சார்...

மானே : உன்னோட ஒண்ணுவிட்ட மாமா கோபால்சாமி லேட் கோபால்சாமி ஆனதுக்காக நீ டெய்லி லேட் மாதுவா லேட்டா வரணுமா...? அவர் இந்நேரம் மறுஜென்மம் எடுத்து வேற யாருக்காவது ஒண்ணுவிட்ட மாமாவா கூட பொறந்துருப்பார்... நீ இன்னும் இதே காரணத்தை கட்டிண்டு என்ன சாவடிக்கற...

மாது : சார், ஒருத்தர் செத்துட்டா ஆச்சா... காரியம் பண்ண வேணாமா சார்...! ஒண்ணுவிட்ட மாமா அனாதை... குழந்தை குட்டி, wifeலாம் கிடையாது... என் வீட்ல தான் கார்யம்...

மானே : நீதான் கார்யம் பண்ணியா?

மாது : வீட்டுக்குப் பெரியவர் மச்சான் ராமானுஜம் இருக்கச்சே நான் எப்படி சார் பண்ண முடியும்...?

மானே : மச்சான் இராமானுஜமா...

மாது : அதான் சார்... நான் மச்சான்னு கூப்பிடற என் தங்கையோட அண்ணா... அன்னிக்கு introduce பண்ணினேனே சார்... பொண் பாக்கறதா இருந்த என் அண்ணாவோட தங்கையோட அண்ணா...

மானே : சரி, அத நீ மறுபடி ஆரம்பிக்காத... எப்படி யோசிச்சாலும் புரியலை, உன் relatives எல்லாருமே உனக்கு long distance relativesஆ இருக்காங்க... அவர் எதுக்கு பண்ணணும் காரியம்... அதான் உன்னோட ஒ.வி.மாமா கோபால்சாமி பிரதர்... அந்த சினிமால நடிப்பாரே... மணவாளன்... நான் கூட drop பண்ணேன்னே... அவர் பண்ண வேண்டியதுதானே... own brother ஆச்சே...

மாது : கோபால்சாமிக்கும் மணவாளனுக்கும் உறவு சரியில்லை sir...

மானே : Infact அன்னிக்குப் பாத்ததுல அவங்க ரெண்டு பேருக்குத் தான் உறவு சரியா இருக்கு. Own brothers வேற... மத்ததெல்லாம் மச்சான், தங்கையோட அண்ணா, தங்கை, மச்சான் மாப்பிள்ளைன்னு confusing...

மாது : ராமானுஜம்தான் பண்றார் காரியம்லாம்...

மானே : அப்ப ராமானுஜம் தானே லேட்டா வரணும்... நீ ஏன் லேட்டு...

மாது : சார், இன்னிக்கு வீட்ல முக்யமான காரியம் சார்... இன்னிக்குத்தான் ஓ.வி.மாமா கோபால்சாமிக்கு பத்து நடந்தது, அதான் சாப்பிட்டு வர லேட்டு...

மானே : பத்தா... இன்னிக்கு பத்தா... என்ன கதை விடற... அவர் செத்துப்போய் இன்னிக்கு 5 நாள்தான் ஆறது... 5வது நாள் பத்து காரியமா?

மாது : சார்... சொந்த மாமாவா இருந்தா பத்து நாள் காரியம் பண்ணி, பத்தாவது நாள் பத்து வச்சுக் கலாம்... இவர் ஒண்ணுவிட்ட மாமாதானே? அதான் ஒண்ணுவிட்டு ஒண்ணு, ஒருநாள் விட்டு ஒரு நாள் காரியம் பண்றோம்... அதுதான் 5வது நாளே பத்து வந்திடுத்து...

மானே : No, I won't accept. நீ சொன்ன காரணம் நம்பறா மாதிரியே இல்லை...

மாது : சார்... நான் சொன்னது பொய்தான் சார்... ஒத்துக்கறேன்... ஒண்ணுவிட்ட மாமா கோபால் சாமி காரியங்களை அவர் பிரதர் மணவாளன்தான் செய்யறார்... நாங்க இல்லை... நான் சொன்னது பொய்... போதுமா...?

சீனு : வாத்யாரே...

மாது : இல்லடா... என் lifeல இதுவரை நான் பொய் சொன்னதில்லை... அல்பம் லேட்டுக்காக எதுக்குப் பொய் சொல்லணும்... உண்மையான காரணத்தைச் சொல்லறேன்...

மானே : ஆ... என்ன ஏமாத்த முடியாது... சொல்லு...

மாது : சார், auditing போது ஒரு துக்ககரமான சேதியைச் சொல்லி, உங்க moodஐ spoil பண்ண வேணாம்னு பாத்தேன், நீங்க சொல்லுங்கறீங்க... என் கஷ்டம் என்னோட போய் தொலையட்டும்னு பாத்தேன்...

மானே : மாது.... கஷ்டம்னு...

மாது : அன்னிக்கு என் wife உடம்பு சரியில்லாம hospitalல இருக்கான்னு சொன்னேன் இல்லையா...?

மானே : ஆமாம்... இப்ப...

மாது : ரொம்ப serious sir... வியாதி முத்திப் போய் கிட்டத்தட்ட ரெண்டு காலும் விளங்காம போயி டுத்து... நடக்கக் கூட முடியலை... wheel chairல வச்சுதான் தள்ளிண்டு போக வேண்டிய நிலை...

மானே : கால்ல problemஆ? அன்னிக்கு நான் Deathக்கு வந்தப்போ, valve problemனு சொன்னியே?

மாது : அப்படியா சொன்னேன்... இருக்காதே... கரெக்ட்... நான் கால்ல problemனு சொல்லியிருப்பேன்; உங்க காதுல valve problemனு விழுந்துருக்கும்.

மானே : இல்லப்பா..... I remember clearly, Wifeக்கு Heart problem. ஏதோ Valve சரியில்லேன்னியே...

சீனு : Heart problemனு தான் சொன்ன வாத்யாரே...

மாது : அதையும் சொல்லிட்டேனா... சாரி... சொன்னது மறந்துடுத்து. யார்கிட்ட என்னல்லாம் சொல்லியிருக் கேனோ... இப்பல்லாம் மறந்துடுது. சார், இனிமே நான் எது சொன்னாலும் Note பண்ணி வச்சுக் குங்க... நான் மறந்தாலும் ஞாபகப்படுத்துங்க... பெரியவங்க சும்மாவா சொன்னாங்க கஷ்டகாலம் வந்தா, மனுஷனுக்கு வச்சபேர் கூட மறந்துடுமாம்.

மானே : மாது என்னப்பா அழற... சாரி தெரியாம கேட்டுட் டேன்... நீ போ... போய் உன் chairல உக்காரு...

மாது : Chair என்ன sir chair; பொல்லாத chair. என் wife wheel chairல இல்ல இருக்கா... நான் என் chairல உக்காண்டா என் wife wheel chairலேந்து எழுந்துடு வாளா...?

மானே : மாது...

மாது : டாக்டர் சொல்றார் கூலா... மாது heartல Valve சரியில்லாததால்... கெட்ட ரத்தம் heartல ரொம்பி, தளும்பி காலுக்கு வழிஞ்சுடுத்தாம்... அந்த கெட்ட

ரத்தத்துல கால் நரம்பு எலும்பெல்லாம் சொத சொதன்னு ஊறிப் போய் மக்கிப் போக ஆரம்பிச்சு டுத்தாம்.

மானே : இப்ப வீட்டுக்கு வந்தாலும் உன் wife wheel chairதானா?

மாது : ஆமாம்... அது வேற தண்டச் செலவு. ஏற்கனவே hospital செலவு வேற 10,000 ஆயிடுத்து... இதுல wheel chair வேற வாங்கணும்.

சீனு ; வாத்யாரே... நீ வருத்தப்படாத... நம்ம வீட்டாண்ட ஒரு saloon இருக்கு... சலூன்காரன் முத்து friend தான். அவன் கடைல நெறைய wheel chair இருக்கு. நான் cheapஆ வாங்கித்தரேன்.

மாது : அது wheel chair இல்லடா... கிராப் வெட்டிக்க சுத்தற chair... பேசணுமேனு ஏதான பேசாத சீனு...

மானே : மாது, நான் உன் மனசை புண்படுத்தியிருந்தால் please என்னை மன்னிச்சிடுப்பா.

மாது : It is alright sir... என்னோட போறாத வேளை. ஒண்ணுத்துக்கு மேல் ஒண்ணு கஷ்டமா வந்துண்டு ருக்கு... வாழ்க்கைன்னா இப்படித்தான் துன்பத்துக்கு மேல துன்பம் வரும்னு நக்கீரர் அன்னிக்கே சொல்லிட்டார் sir... 'பொங்குதே வாழ்க்கை அஞ் சிறை துன்பம் துன்பம் தப்பாது வருமோ வருமே நீ அறியும் சாவே' ன்னு...

மானே : சே... பாட்டெல்லாம் சொல்ற அளவுக்கு நொந்து போயிருக்கியே... உனக்கு என்ன help வேணும் கேளு...

மாது : முடிஞ்சா... இந்த wheel chairக்கு ஒரு 4000 ரூபாய் ஆகும்... loan apply பண்ணறேன்... முடிஞ்சா sanction பண்ணுங்க...

மானே : definite... definiteஆ பண்ணறேன். இப்பவே பண்ணறேன்... ருக்மாங்கதன், அந்த loan requisition formஐ எடு... இத்தனை கஷ்டத்துல 1 hour லேட்டா வந்ததே பெரிய காரியம்... குடேன்யா.

(வாங்கி) தோ பார்... Dear Sir, I hereby request you to sanction a loan of Rs 4000/-

மாது : Five thousandஆ போடுங்க...

மானே : 5,000 Rs. Reason - To purchase a wheel chair for my ailing wife... Ok வா?

மாது : Ok Sir...

மானே : Ailing wife Mrs.___ மாது, wife பேர் என்ன போடறது?

மாது : என்ன வேணாலும் போடுங்க...

மானே : மாது...

மாது : துக்கத்துல அவ பேரை சொல்லக்கூட கஷ்டமா யிருக்கு... சீனு, என்னடா சொல்றது...

சீனு : எதான சொல்லு வாத்யாரே...

மாது : எது சொன்னாலும் Okயா...

சீனு : ம்...சொல்லு...

மாது : Sir, போடுங்க... Ms. குஷ்மாதேவி மாது...

சீனு : வாத்யாரே...

மாது : நீதானே சொல்லுன்ன... சொல்லியாச்சு... இனிமே ஒண்ணும் பண்ணமுடியாது... adjust பண்ணிக்க.

மானே : Mrs. குஷ்மாதேவி மாது... மாது குஷ்மாதேவியா உன் wife பேர்... புதுமாதிரி பேரா இருக்கு...

மாது : சார்... அது வந்து...

மானே : குஷ்மாதேவின்னா... குஜராத்திகாரியா...

மாது : ஆ... ஆமாம் சார்...

மானே : Wife Hindiதான் பேசுவாளா...

மாது : ஆமாம் Sir.

மானே : என்ன எல்லாத்துக்கும் ஆமாம்கறே...

மாது : சார்... நீங்க ரொம்ப புத்திசாலி சார். ஒரு சின்ன hint கொடுத்தா போதும், நான் சொல்ல வேண்டியதை யெல்லாம் நீங்களே சொல்லிடறீங்க... இனிமே

எது சொன்னாலும் உங்களை வச்சிண்டுதான் சொல்லப் போறேன்... ரொம்ப புத்திசாலி Sir...

மானே : Thanks, Thanks... ஆமாம், அவளை நீ எப்படி கூப்பிடுவே...

மாது : சீனு... எப்படிடா கூப்பிடுவ...

சீனு : வெறுப்பேத்தாத வாத்யாரே... ஒரு loanனுக்காக நம்பாளை இப்படி ஏலம் வுடறியே...

மானே : உன் wifeஐ நீ எப்படி கூப்பிடுவேன்னு... அவனை போய் கேக்கறியே...

மாது : அவனும் என் கூட hospital வருவான் சார்... அவன் அவளை குஷ்மா அக்கானு கூப்பிடுவான்...

சீனு : அக்காவா...

மாது : அக்கான்னு சொன்னா அவருக்கு புரியாதுடா. நீ hindiல 'தீதி'ன்னு சொல்லு: 'தீதி'ன்னா அக்கா. குஷ்மா தீதி... நான் குஷ்மா பீபீம்பேன் சார்...

சீனு : பீபின்னா...

மாது : பீபின்னா Wifeன்னு அர்த்தம்.

சீனு : நீ பீபீம்பியா நம்பாளை? நான் வரேன்; இன்னும் இங்க இருந்தாக்க என் மனசு உடைஞ்சு, valve கெட்டுப் பூடும்... (exit)

மானே : இதுல கையெழுத்துப்போட்டு, என் டேபிள்ள வச்சுடு... sanction பண்ணிடறேன்...

மாது : Thanks sir...

மானே : மணி 11.30 ஆச்சு, என்ன இன்னும் டெல்லி ஆடிட்டரை காணும்? மாது நீ போய் fileலாம் ரெடி பண்ணு... Income and Expenditure files காணுமாம். ஆடிட்டருக்கு தெரிஞ்சா வேலை பூடும்.....

மாது : Ok சார்...

மானே : மாது, இருந்தாலும் நீ நம்ப ஊர் பொண்ணை Love பண்ணி கல்யாணம் பண்ணிண்டிருக்கலாம்... பேர்தான் சரியில்லை. அது என்ன குஷ்மான்னு?

என்னமோ லாலா கடை பட்சணம் மாதிரி இருக்கு... நீ போ... (மாது Exit)

ருக்மாங்கதா... Auditor வந்தா குரல் கொடு. அதுக்காக டேபிள்ள ஏறி நின்னுண்டு ஆடிட்டர் வந்தாச்சு... வந்தாச்சுன்னு கத்தாத... பேச்சுக்கு சொன்னேன்...

(உள்ளே exit)

(ரங்கநாதன் entry)

ருக் : வாங்க சார்... இப்பதான் மானேஜர் உள்ள போறார்... நீங்க உக்காருங்க.

ரங்க : பரவாயில்லை. (உள்ளே போய், மானேஜருடன் வருகிறான்)

மானே : (மாலையுடன் வந்து)..... 100 ஆயுசு... இப்பதான் நீங்க வருவேள்னு சொன்னேன், பக்குனு வந்துட்டேளே... ஒளிஞ்சிண்டிருந்து நான் சொல்றத்துக்காக wait பண்ணேளா, Welcome! Welcome!

ரங்க : Thank you.

மானே : கொஞ்சம் குனிஞ்சுடேள்னா மாலையைப் போட்டுடுவேன்... நல்ல உசரம் sir, கம்பெனி செலவுல உங்களுக்கு ஆளுயர மாலை வாங்கினா, அதுக்கு தனியா ஒரு auditing நடத்தணும் போலருக்கு...! என்ன உசரம்...!

ரங்க : எனக்கு மாலைலாம் வேணாம்.

மானே : No, No, எங்க branch வழக்கம் இது. வருஷா வருஷம் Auditorஐ மாலை போட்டுத்தான் வரவேற்போம்; அதுவும் Delhi Head officeலேந்து வந்திருக்கேள்...

ரங்க : நீங்க தப்பா புரிஞ்சுண்டுட்டிங்க! ஆடிட்டர் நான் இல்லை...

மானே : சே! அவ்வளவுதானா (சோர்வாக ஒரு ஓரம் போக, ருக்மாங்கதன் ரங்கநாதன் அருகில் வந்து)

ருக் : உங்களை ஆடிட்டர்னு நெனைச்சுட்டோம் (மைதிலி entry)

ரங்க : இவங்கதான் Auditor; மைதிலி, மானேஜர் என்னை Auditorனு நெனைச்சுட்டார்...

மைதிலி : இது எங்கண்ணன் ரங்கநாதன் - மிலிடெரில இருந் தார்... எனக்கு துணைக்கு அழைச்சுண்டு வந்தேன்... (ருக்மாங்கதனைப் பார்த்து) சாரி, Mr. Manager, நடந்த குழப்பத்துக்கு மன்னிப்புக் கேட்டுக்கறேன், எம் பேர் Mrs.மைதிலி, Auditor from Delhi... உங்க பேர்?

ருக் : ருக்மாங்கதன்...

மைதிலி : Manager Sir, அப்ப நாம Auditing ஆரம்பிச்சுடு வோமா...?

ருக் : ஓ! ஆரம்பிச்சுடலாமே!

மானே : ருக்மாங்கதா...

ருக் : சார்...

மானே : இங்க வா! (அவன் வர), அப்படி ஓரமாப் போய் நிக்கறியா... நீ மானேஜர்னு தப்பா நெனச்சு அவங்க தான் பேசினா நீயும் ஜோதில கலந்துடறதா... ஆடிட்டிங் எப்படி ஆரம்பிச்சுடலாமா? போ... தேவையில்லாத சமயத்துல முழிச்சிண்டு தூக்கக் கலக்கத்துல உளறாதே... மேடம்... சாரி... நான் தான் மானேஜர். அவர் Clerk...

மைதிலி : ஓ! again I am very Sorry...

மானே : நிக்கறீங்களே... உக்காருங்க. ருக்மாங்கதா, உள்ளே ருந்து அந்த wheel chairஐ எடுத்துண்டு வா... இது... சாரி... என்னோட chairஐ கொண்டுவா...

மைதிலி : It's alright.

மானே : Cool drinks ஏதான சாப்பிடறீங்களா...? மொதல்ல Relax பண்ணுங்க...

மைதிலி : (சிரித்து) No. No. நான் இன்னிக்கு ரொம்ப கூலா... ரொம்ப ரொம்ப relaxedஆ...... இருக்கேன். இல்லண்ணா!... என் வாழ்க்கைல இன்னிக்குத்தான் ரொம்ப சந்தோஷமான நாள்... அதான் Sweet

வாங்கிண்டு வந்துருக்கேன், இந்தாங்க...

மானே : (எடுத்து) congratulations... ஆணா! பொண்ணா!

மைதிலி : No, No, இன்னும் அந்த அளவு போகலை; probably next year; பாக்க எங்க அப்பா மாதிரி இருக்கீங்க... உங்ககிட்ட சொல்றதுக்கு என்ன? Provided நீங்க கேக்க இஷ்டப்பட்டா சொல்றேன்...

மானே : Auditing தவிர, எது நடந்தாலும் எனக்கு இஷ்டம் தான்... (மாலையைப் பார்த்து) ஒரு நிமிஷம்... Welcome Auditor (மாலையைப் போடப் போய்...) Sorry, இந்தாங்க (கையில் தருகிறார்)

மைதிலி : ஓ! மாலை... இன்னிக்கென்ன எனக்கு எல்லாமே மங்களகரமா நடக்குது. சார் ! இங்க வரதுக்கு 1 hour முன்னாடி என் Loverஐ பாத்தேன். கல்யாணத்துக்கு சம்மதிச்சுட்டார்... நீங்க என்னன்னா நல்ல சகுனமா கல்யாண மாலையையே தந்திட்டீங்க...

மானே : நல்ல moodல இருக்கேள்; இதே moodல auditing ஆரம்பிச்சுட்டீங்கன்னா எனக்கு வசதியா இருக்கும்.

மைதிலி : Oh! Yes... நான் ரெடி...

மானே : ருக்மாங்கதா... ஓடிப்போய் Accountantடைக் கூட்டிண்டு வா. Auditor வந்தாச்சுன்னு சொல்லு... Accountant நல்ல fellow; But எக்கச்சக்க problem... கிடந்து திண்டாடறான்...

மைதிலி : Oh! அப்படியா... அண்ணா நீ காரை எடுத்துண்டு ஓட்டலுக்குப் போயிடு. நான் டாக்ஸி பிடிச்சு வந்துடறேன்...

ரங்க : கார்... சாவி...

மைதிலி : இரு... (பையைத் திறந்து) எங்க... இங்க தானே வச்சேன் சாவியை...? (மாது entry)

மாது : என்ன சார்......

மானே : Income - Expenditure file கெடச்சுதா?

மாது : அது மட்டும்தான் கிடச்சது... பாதி file காணும்.

Police நாயை விட்டுத்தான் தேடச் சொல்லணும்...

மானே : பாவி! உரக்கப் பேசாத... Auditor வந்தாச்சு...

மாது : Auditorஆ... எங்க (பார்த்து...) அய்யய்யோ... நான் close (உள்ளே ஓடுகிறான்...)

மைதிலி : இந்தா சாவி... எங்க சார் Accountant வரலை?

மானே : வந்தார்... Auditorஐ பார்த்தவுடனேயே ஓடிட்டார்...

மைதிலி : ஏன்?

மானே : பயம்தான்... 2,3 fileஐ காணலையாம்.

மைதிலி : இன்னிக்கு ஜாலி மூட்ல இருக்கேன்; Accountantஐ தைரியமா வரச் சொல்லுங்க.....

மானே : நீங்க உங்கண்ணாவை அனுப்புங்க... நான் போய் அழைச்சிண்டு வரேன்...

ரங்க : அப்ப நான் வரேன் மைதிலி; நல்ல ஜோஸ்யரா பாத்து இந்த மாசத்துல உள்ள முகூர்த்த நாள்லாம் குறிச்சு வச்சுடறேன்; சாயங்காலம் ஓட்டலுக்கு மாது வருவார் இல்லை, அப்ப அவர்கிட்ட எது அவருக்கு வசதின்னு கேட்டுப்போம்...

மைதிலி : Ok...

ரங்க : வரேன் (exit)

(மாதுவை, மானேஜர் தள்ளியபடி வர)

மாது : Sir, 2,3 file காணலை சார்...

மானே : அதுக்கு நீயேன் காணாம போற... தில்லா வா... Auditor நல்ல moodல இருக்கார். Madam, இதான் Accountant மாது. உங்களைப் பாத்து பயப்படறார்...

மைதிலி : மாது நீங்களா...? நீங்களா Accountant, what a pleasant surprise? இங்க நீங்க Accountantஆ இருப்பீங்கன்னு நான் எதிர்பார்க்கவேயில்லை.

மாது : நானும் நீங்க Auditorஆ வருவீங்கன்னு எதிர் பார்க்கவேயில்லை.

மானே : மாதுவை உங்களுக்குத் தெரியுமா...?

மைதிலி : தெரியுமாவா...? ஒத்தரைத் தெரியாம எப்படி சார் அவரை Love பண்றது...

மானே : Loveஆ...

மைதிலி : நான் அப்ப சொன்னேனே... என் Loverரைப் பார்த் தேன்னு... கல்யாணம் fixஆகப் போறதுன்னு... நேத்துவரை Lover... இனிமே would be husband.

மானே : மாதுவை நீங்க கல்யாணம் பண்ணிக்கப் போறீங் களா...? அப்ப குஷ்மாதேவி...

மைதிலி : குஷ்மாதேவியா... அவ யாரு?

மாது : சார், நீங்க உள்ள போறீங்களா... அப்புறம் பேசிக்கலாம்...

மானே : எனக்கு ஒரு hint கொடுத்தாபோதும் - எல்லாத்தையும் புரிஞ்சுண்டுடுவேன். குஷ்மாதேவி கிட்ட permission வாங்கிட்டியா... அப்படியே... தப்பாச்சே... மொத wife இருக்கறச்சே இன்னொருத்தியை கல்யாணம் பண்ணிக்கறது சட்டப்படி தப்பாச்சே... Legalஆ மாது+2, Not acceptable ஆச்சே ...

மைதிலி : மாது இவர் என்ன சொல்றார்...?

மானே : புரிஞ்சுப்போச்சு... இன்னிக்கோ நாளைக்கோன்னு இருக்கற குஷ்மாதேவி ஒரேயடியா போனபிறகு கல்யாணம் வச்சுக்கறதா இருக்கேளா... அதுதான் கரெக்ட்... நீங்க பேசிண்டுருங்க... மாது, நான் ஏன் பூஜை வேளைல கரடிமாதிரி...

(மானேஜர் Exit)

மாது : இது பூஜை வேளையோ, இல்லையோ... ஆனா நீங்க சத்தியமா கரடி சார்...

மைதிலி : மாது...

மாது : மைதிலி...

மைதிலி : அப்ப நீங்க...

மாது : கல்யாணமானவன்-...

மைதிலி : oh! God!

மாது : மைதிலி, உணர்ச்சி வசப்படாத... உனக்கு hysteria

வந்துடும்... please நான் சொல்தை கேளு...

மைதிலி : என்கிட்ட ஒண்ணும் சொல்லவேணாம்...

மாது : மைதிலி... நீ நெனைக்கறாமாதிரி நான் அந்த குஷ்மா தேவியை விருப்பப்பட்டெல்லாம் கல்யாணம் பண்ணிக்கலை; ஒரு தியாகம் மாதிரி வச்சுக்கோ... ஆமாம்...

மைதிலி : எங்கண்ணனை இப்பதான் முகூர்த்தத்துக்கு நாள் பாக்க அனுப்பிச்சேன்.

மாது : மிலிடெரி வந்தாரா? மைதிலி நீ முகூர்த்தத்துக்கு நாள் பாக்கல, அங்க hospitalல குஷ்மாதேவி சொர்க்கத்துக்கு நாள் பாத்துண்டுருக்கா... ஆமாம்மா... Valve heart சரியில்லை...சீ... இது... heart valve சரியில்லை... 1 மாசமோ 2 மாசமோன்னு டாக்டர் சொன்னப்போ... குஷ்மாதேவி அப்பாவும் அம்மாவும் என் கால்ல விழுந்து கேட்டாங்க. சாகறச்சேவான எங்க பொண்ணு சுமங்கலியா சாக வழிபண்ணுப்பான்னு ரொம்ப கெஞ்சிக் கேட்டாங்க... ஒரு தியாக உணர்ச்சில தாலி கட்டிட்டேன்... மத்தபடி வேற எந்த காரணமும் கிடையாது. என்னை நம்பும்மா. எந்தக் கோயில்ல வேணாலும் வந்து சத்தியம் பண்ணறேன்.

மைதிலி : நீங்க கல்யாணமானவர்னு அப்ப ஏன் எங்கிட்ட சொல்லலை...?

மாது : அப்ப சீனு கூட இருந்தான். Office peon. அவன் எதிர்ல பேசவேண்டாம்னுதான்... நான் infact சாயங்காலம் hotelக்கு வந்து சொல்றதா இருந்தேன்.

மைதிலி : (அழுதபடி) please... Enough... இருந்த ஒரு hopeம் போச்சு...

மாது : மைதிலி...

மைதிலி : Stop it, Stop it, please... (சொல்லி அழுதபடி ஓடுகிறாள்).

மாது : சே... (சோர்வடைய)

சீனு : வாத்யாரே... என்னாது... studioக்கு வந்த அம்மாதான் ஆடிட்டரா... ஏன் அழுதுகினே ஓடுது...

மாது : எல்லாம் இந்த மானேஜர் பயலால்... பாவி... நான் குஷ்மாதேவிய கல்யாணம் பண்ணிண்டவன்னு அவகிட்ட சொல்லிட்டார்...

சீனு : அதான் வெறி புடிச்சா மாதிரி ஓடறாளா...?

மாது : கோவிந்தா-நான் close- office கணக்கை பாக்க வந்தா... இப்ப என் கணக்கை தீக்கப் போறா-... ஏற்கனவே 2,3 fileல வேற காணும்...

சீனு : அந்த மிலிடெரி, ரெண்டு குண்டு வந்தானா...

மாது : வந்துட்டு கல்யாணத்துக்கு முகூர்த்தம் பாக்கப் போயிருக்கான்... தங்கச்சி விஷயத்தைச் சொல் லுவா, அதே முகூர்த்தத்துலயே எனக்கு ஒரு குண்டு.

சீனு : என்ன அப்படி பாக்கற அடுத்த குண்டும் உனக்குத் தான்... இந்த ஆட்டத்துல என்னச் சேக்காத...

மாது : மானேஜர் பய இந்நேரம் மைதிலிகிட்ட நான் office quartersல தங்கியிருக்கறதை சொல்லியிருப்பான். மிலிட்ரிகாரன் வீட்டுக்கு வந்துடுவான்... ஆபீஸ்ல தங்கச்சியால வேலை பூடும்; வீட்டுல அண்ணங் காரனால உசிர் பூடும்...

சீனு : நீ ஏன் அந்தம்மாவை கண்டு பயப்படற வாத்யாரே (மைதிலி வருவதைப் பார்த்து...) நான் அப்பால வர்றேன் (Exit)

மைதிலி : மாது... sorry...

மாது : மைதிலி...

மைதிலி : நான் அப்ப அழுதுண்டு ஓடினது கோவத்துல இல்ல...வருத்தத்துல, Now I am Normal... யோசிச்சுப் பாத்தேன்... நீங்க குஷ்மாதேவியை ஏன் கல்யாணம் பண்ணிண்டீங்கன்னு... இருக்கப் போற கொஞ்ச நாளான, அந்தப் பொண்ணை சந்தோஷமா இருக்க வச்சுக்கணும்கறதுக்காக.

மாது : கரெக்ட்... அதான்...

மைதிலி : ஒரு பொம்பளை கஷ்டம் ஒரு பொம்பளைக்குத் தான் தெரியும்... Anyway நடந்தது நடந்து போச்சு... forget it... உங்க wife பூரணமாக குணமாக நான் கடவுளை வேண்டிக்கறேன்....

மாது : Heart valve சரியில்லே... 10 நாளோ 15 நாளோன்னு doctor சொல்றார்...

மைதிலி : பார்ப்போம்; God is Great... (போனவள் திரும்பி) உங்க wife எந்த hospitalல இருக்காங்க?

மாது : இல்லை அவ discharge ஆயி, வீட்டுக்கு வந்துடுவா... நீங்க அங்க போயி கஷ்டப்பட வேணாம்...

மைதிலி : இந்த வாரத்துல ஒரு நாள் உங்க wifeஅ பாக்க வீட்டுக்கு வரேன்...

மாது : எதுக்கு மைதிலி?

மைதிலி : please தடுக்காதீங்க. Just for 2 hours தான் இருப்போம். பாவம் சாகப் போற அந்த பொண்ணை பாக்க ஆசைப் படறேன்... நம்மால முடிஞ்ச நல்ல வார்த்தை நாலு சொல்லலாம் இல்லையா... இன்னிக்கு திங்களா? Oh... புதன், வியாழன்ல வரேன்...

மாது : Correctஆ சொல்லுங்க... புதனா... வியாழனா?

மைதிலி : Oh. வியாழக்கிழமை வரேன்...

(Exit)

மாது : என்ன கண்றாவிடா இது?

(சீனு வருகிறான்)

சீனு : என்னடா...

மாது : கத்திபோச்சு வாலு வந்தது கதை மாதிரி இருக்கு... குஷ்மாதேவியை பாக்க வியாழக்கிழமை வீட்டுக்கு வரேங்கறாடா...

சீனு : அய்யய்யோ... இப்ப என்ன பண்ணப் போற வாத்யாரே...?

மாது : சீனு....

சீனு : வாணாம் நம்பளை வுட்டுடு... உன் பார்வையே சரியில்லை...

மாது : Please... நீதாண்டா help பண்ணணும்... வியாழக்

கிழமை 1 hour or 2 hours குஷ்மாதேவியை எங்க வீட்டுக்கு வரச் சொல்லுடா... என் wifeஆ நடிக்கறதுக்கு.

சீனு : வாத்யாரே... அவ இன்னும் எனக்கே wife ஆகலை! நடிக்கணுமா... அதுக்குள்ள உன் wifeஆ?

மாது : டேய், please, உன் friendஐ காப்பாத்த இதைக் கூட பண்ண மாட்டியா...

சீனு : அவ ஒத்துக்கணுமே...

மாது : குஷ்மாதேவிதான் dramaல நடிக்கறவளாச்சே... dramaவா நெனச்சு நடிச்சுட்டுப் போகச் சொல்லேன்...

சீனு : இல்லை வாத்யாரே... dramaவேற, இது வேற இல்லையா... அதுக்கு மேடைல நடிச்சுத்தான் பழக்கம்...

மாது : இதுக்காக நான் மாதுவின் மனைவி dramaவை கார்த்திக் ஃபைன் ஆர்ட்ஸ்-ல் Inaugurate பண்ணி மைதிலியை front row-ல உக்கார வச்சு பாக்க சொல்ல முடியுமா?

சீனு : கேட்டுப்பாக்கறேன்.....

மாது : அதெல்லாமில்லை. எப்படியான அவளை ஒத்துக்கச் சொல்லு...

சீனு : சரி! மைதிலி கிட்ட குஷ்மாதேவிய wifeம்பே. Ok... ஜானகியைப் பார்த்து யாருன்னு கேட்டா...?

மாது : பழையபடி தங்கைம்பேன்...

சீனு : ஜானகி குஷ்மாதேவியைப் பார்த்து யாருன்னா?

மாது : Wifeம்பேன்; அய்யய்யோ அந்த problem வேற இருக்கா... மைதிலி வீட்டுக்கு வர அன்னிக்கு ஜானகியும் மச்சானும் இருக்கக் கூடாது... அவர்களை எப்படி வெளில அனுப்பறது. Idea... காஞ்சீபுரத்துலேந்து ஒரு letter... என் மச்சானுக்கு... என் பொண்ணைப் பாக்க வர்றீங்களான்னு... பெண்ணைப் பெத்தவர்... என் மச்சான் ஜொள்ளு கொட்ட கிளம்பிடுவான். வியாழக்கிழமை

பெண்ணைப் பெத்தவர் நேர்ல வந்து மச்சா னையும் ஜானகியையும் காஞ்சீபுரம் அழைச்சிண்டு போய்டுவார். எப்படி...?

சீனு : பெண்ணைப் பெத்தவர்க்கு என்ன பண்ணப் போற...?

மாது : இருக்கவே இருக்கான் நம்ப dead body மண வாளன்... ஒ.வி.மாமா கோபால்சாமியா நடிச் சானே...

சீனு : அவனை அடையாளம் கண்டுப்பாங்களே...

மாது : கஷ்டம். அன்னிக்குப் பாதிநேரம் படுத்துண்டு தானே இருந்தான்... சட்டுன்னு அடையாளம் தெரியாது. அவனை ஒரு மீசை வச்சுண்டு வரச் சொல்லிட்டாப் போறது...

சீனு : மீசை வச்சா அடையாளம் தெரியாதா?

மாது : வச்சாலா... மீசையை எடுத்தாலே அடையாளம் கண்டு புடிக்கறது கஷ்டம். இப்ப நீ மீசையை எடுத்தேன்னு வச்சுக்கோ... எனக்கே உன்னை அடையாளம் தெரியாது.

சீனு : சுத்தி வளைச்சு என் தலைல கைய வச்சுடாதே...

மாது : தேவைப்பட்டா பாத்துப்போம்... இப்போதைக்கு குஷ்மாதேவிய வியாழக்கிழமை 10, 10.30 மணிக்கு கூட்டிட்டு வந்துடு, Ok? அதுக்குள்ள மணவாளனை வச்சுண்டு, மச்சானையும் ஜானகி யையும் காஞ்சீபுரம் அனுப்பிடறேன்...

சீனு : என்ன dressல குஷ்மாதேவியை வரச் சொல்றது?

மாது : என்ன dressல வரச்சொல்றதா...? புடவை, சல்வார் கம்மிஸ் எதுவாயிருந்தாலும் பரவாயில்லை... இப்ப dress முக்யமில்ல... குஷ்மாதேவிதான் முக்யம்... என் செலவுல குஷ்மாதேவிக்குப் புடவை வாங்கித் தர்றதா இருந்தியா? சீனு... furtherஆ பேசினே... உன்னைக் கல்யாணம் பண்ணிக்காமலேயே குஷ்மா தேவி விதவை யாயிடுவா...

காட்சி 4

மாதுவின் வீடு

மாது : ரொம்ப Thanks மைதிலி.

மைதிலி : எதுக்கு Thanks?

மாது : எங்க எல்லார்க்கும் Sweet, காரம் காபி பண்ணி தந்ததுக்கு... மொத மொதல்ல எங்க வீட்டுக்கு வரீங்க... உங்களுக்கு சாப்பிடறதுக்கு ஏதாவது பண்ணித் தரலாம்னு பாத்தா... வீட்ல பொம் பளையே இல்ல...

ரங்க : ஏன்? அதான் குஷ்மாதேவி இருக்காளே...

மாது : அவ பொம்பளையே இல்ல சார்...

ரங்க : என்ன சொல்றீங்க...

மாது : கோவத்துல சொன்னேன்... பொம்பளையே இல் லேன்னு... பின்ன என்ன சார் சமைக்கத் தெரியாது, டிபன் பண்ணத் தெரியாது... காபி கூட கலக்கத் தெரியாது...

ரங்க : குஷ்மாதேவிக்கு என்னதான் தெரியும்!

மாது : நாலு வார்த்தை பேசச் சொல்லித் தந்திருப்பேன்... நீங்க தடால்னு வந்துட்டீங்க...

மைதிலி : I think என்னைக் கண்டா குஷ்மாதேவிக்கு பிடிக்கல போலயிருக்கு.

மாது : சீச்சீ... அப்படிலாம் இல்ல... நல்ல பொண்ணு... first time இப்பத்தானே அவளைப் பாக்கறீங்க. அதான் பேசக் கூச்சப்படுது...

மைதிலி : பழகப் பழக சரியாயிடும்ங்கறீங்க...

மாது : ஆமாம்..... பழக... பழக... என்ன சொல்றீங்க...!

மைதிலி : பழகாம விட்டுடுவேனா... டெல்லில என் ஜென்ம விரோதிங்ககிட்டகூட நான் பேசிப் பழகி...

மாது : குஷ்மாதேவிகிட்ட பழகப்போறீங்களா? அப்ப டின்னா மெட்ராஸ்ல இருக்கப்போற 10,15

நாளும் டெய்லி இதுமாதிரி, நீங்க தங்கியிருக்கற hotelலேயிருந்து வீட்டுக்கு வந்துட்டு, வந்துட்டு அவளோட பேசப்போறீங்களா...? அய்யய்யோ! உங்களுக்கு ஏங்க சிரமம்...அப்படியாவது குஷ்மாதேவி friendship உங்களுக்குத் தேவையா...?

ரங்க : நாங்க எதுக்கு hotelலேர்ந்து விட்டுக்கு வந்துட்டுப் போகணும்... இந்த 10,15 நாள் நாங்க தங்கப் போறதே இந்த வீட்லதான்...

மாது : மிலிடெரி... என்னது குண்டு, குண்டுனு சொல்லிட்டு, மூணாவதா ஒரு குண்டை புதுசா தலைல தூக்கிப் போடறீங்க...

மைதிலி : அண்ணா, நாம முடிவு பண்ணதை நான் இன்னும் மாதுகிட்ட சொல்லலை... மாது, நம்ம office quarters இவ்வளவு பெரிசா இருக்கறச்சே எதுக்கு அனாவசியமா hotel ரூம் வாடகை தந்து வேஸ்ட் பண்ணணும்? அதான் இங்கயே தங்கறதா முடிவு கட்டிட்டோம்... உங்களுக்கு நான் இப்ப சொல்வது சந்தோஷமான அதிர்ச்சியா இருக்குமே...

மாது : அதிர்ச்சி என்னமோ வாஸ்தவம் தான்... (திரும்பி) சந்தோஷமான்னு சொல்ல முடியாது.....

ரங்க : Hotel roomஐ காலி பண்ணி, settle பண்ண manager போயாச்சு... நாங்க போய் எங்க துணிமணிகளை எடுத்துண்டு வந்துடறோம்...

மைதிலி : See மாது... Hotelல தனியா, நான் மட்டும் இருக்க போரடிக்குது...

மாது : அதான் மிலிடெரி இருக்காரே?

மைதிலி : இவனோட நான் என்னத்த பேசறது... இங்கன்னா குஷ்மாதேவி இருக்கா. எனக்குப் பொழுது போக, பேச்சுத் துணைக்கு ஒரு பொம்பளை வேணாமா?

மாது : குஷ்மாதேவி... பேச்சுத்துணைக்கு பொம்பளை... நீங்க வேற... அவ ஒரு பேச்சுக்குத்தாங்க பொம் பளை...

மைதிலி : என்ன...?

மாது : இது ரொம்ப முசுடுங்க... உங்களோட பேசாது. நீங்க எது பேசினாலும் பதில் நஹிதான் சொல் லும்... என் கூடவே பேசாது... நேத்து அவகிட்ட முடியுமாங்கறதுக்கு Hindiல் என்ன வார்த்தைன்னு கேட்டேன்... அதுக்கும் நஹி முடியாதுன்னுட்டா... அந்த அளவு முசுடு... நீங்க Hotelலயே இருங்க... இங்க வந்தா போரடிக்கும்...

மைதிலி : குஷ்மாதேவி பேசாட்டா போறா... நான் உங்க ஜானகியோட பேசிட்டுப் போறேன்...

மாது : அய்யோ... அவ ஒருத்தி இருக்கறத மறந்துட்டேனே! வேண்டாங்க... என் தங்கை ஜானகி கல்யாணமாக லேங்கற வெறுப்புல இருக்கா...? உங்க கூட சரியா மூஞ்சி கொடுத்துக்கூட பேசாது...

மைதிலி : கல்யாணமாகாத கஷ்டம் எனக்குத் தெரியும். நான் பேச வக்கறேன்... மாது, உங்க தங்கை ஜானகி வருத்தத்துல உங்க கூட பேசாம இருக்கலாம்... Because நீங்கள்ளாம் ஆம்பளைங்க. ஒரு பொம் பளையோட கஷ்டம் பொம்பளைக்குத்தான் புரியும்...

மாது : (தன் மார்பில் தட்டி) புரியாம பேசறீங்களே... இது ஒரு ஆம்பிளையோட கஷ்டங்க... வேணாங்க...

மைதிலி : No... நான் முடிவு பண்ணினா பண்ணினதுதான்... மெட்ராஸ்ல இருக்கற 10, 15நாளும் நான் இங்க தான் தங்கப்போறேன். வாண்ணா போகலாம்... ஒரு நிமிஷம் அண்ணா,... நான் வாசல்ல இருக்கேன்... அந்த Good newsஐ மாதுகிட்ட சொல்லிடு... (மைதிலி exit)

மாது : என்னங்க... Good news... அப்ப சொன்ன சந்தோஷ மான அதிர்ச்சி மாதிரியா...!

ரங்க : சொல்றேன்... சோபாலால் எதிர்ல இந்த Newsஐ சொல்ல முடியாது. ஒரு நிமிஷம் கொஞ்சம் உள்ள போறீங்களா? (என்பதை Hindiல் சொல்ல...)

சோபா : இன்னும் கிட்டக்க வரச் சொல்றீங்களா? பரவா

யில்லை. காதுல விழும்... நீங்க Good newsஐ சொல்லுங்க...

ரங்க : Hindiல பண்டிட்ங்கறீங்க! சுத்தமா இந்தி தெரியலை?

மாது : அவரும் மதராஸிதான், தபால் மூலமா Hindi கத்துண்டார். Sir postனு சொல்லிட்டு, எழுதிக் காமிச்சா தான் அவருக்குப் புரியும்... யோவ்... உன்னை உள்ள போங்கறார்... போய்யா... (சோபாலால் exit) மிலிடெரி, அடிவயத்தை கலக்குது. என்ன Good news?

ரங்க : Mr. மாது... மைதிலி இங்க மெட்ராஸ்ல இருக்கப் போறது 10 நாளோ 15 நாளோ...

மாது : தெரியும்.

ரங்க : அதே மாதிரி, டாக்டர்கள் சொன்ன பிரகாரம் குஷ்மா தேவி உசிரோட இருக்கப்போறது 10 நாளோ 15 நாளோ...

மாது : தெரியும்...

ரங்க : Suppose இந்த 10,15 நாள்ல உங்க wife குஷ்மா தேவி உசிருக்கு ஏதான ஆச்சுன்னா...

மாது : மிலிடரி... நீங்க எதுக்கு வர்றீங்கன்னு... புரியுது...

ரங்க : இல்ல...ஆகணும்னு சொல்லல...Suppose ஆச்சுன்னா...!

மாது : ஆச்சுன்னா......

ரங்க : மைதிலிக்கு உங்களை கல்யாணம் பண்ணிக்கறதுல ஆட்சேபணையில்லையாம்...

மாது : சார்...

ரங்க : ரெண்டு பேரும் ஆத்மார்த்தமா Love பண்ணீங்க... விதி உங்களைப் பிரிச்சுது... உங்களை சேத்து வைக்கணும்னு நினைச்சா... நாம மாத்தவா முடியும்? பாத்துடலாம், இந்த 10,15 நாள்ல கடவுள் குஷ்மா தேவி பக்கமா இல்லை மைதிலி பக்கமான்னு... (ரங்கநாதன் exit)

மாது : யோவ்! கடவுள் யாரு பக்கமும் இல்லையா... அவர் ரொம்ப தள்ளி... மேல எங்கயோ ஹாய்யா உக்காண்டு வேடிக்கை பாக்கறார்... (சோபாலால் உள்ளிருந்து entry) வாய்யா, சோபாலால். யோவ்... எனக்கு தலையெழுத்து, கஷ்டப்படறேன்... நீ ஏன்யா தேவையில்லாம இங்க வந்து மாட்டிகினு பெருச்சாளி மாதிரி அங்க இங்க... ஓடிண்டு உசிரை வாங்கற...

சோபா : அவர் ஏதோ Good news சொல்றேன்னாரே... என்ன Good news...

மாது : மிலிடெரி துப்பாக்கில ரெண்டு குண்டு இருக்காம்... உன்ன உக்கார வச்சு ஒரு குண்டு... அப்பால உருட்டி விட்டு இன்னொரு குண்டு சுடப்போறாராம்... வெறுப்பேத்தாதய்யா... நானே நொந்து கெடக்கேன்.

சோபா : ஏன்... என்ன ஆச்சு...

மாது : (வெறுப்பாக) இன்னும் 10,15 நாளைக்கு சீனு குஷ்மாதேவியா நடிக்கணும்...

சோபா : சபாஷ்... அப்ப நானும் இன்னும் 10,15 நாளைக்கு சோபாலாலா நடிக்கப் போறேனா...

மாது : பண்ணாடை... என்னமோ சினிமால நடிக்க chance கிடைச்ச மாதிரி சந்தோஷப்படறியே... இன்னும் 10,15 நாள் பொம்பள வேஷம் கட்ட சீனு ஏத்துப்பானா... உள்ளே என்ன பண்றாள் குஷ்மா தேவி... அடியே குஷ்மாதேவி, வெளில வாடி...

சீனு : (குரல் மட்டும்) நஹி நஹி...

மாது : ஏய்... ச்சீ... வாடா வெளில. எல்லாரும் போயாச்சு.

(சீனு entry லுங்கி, பனியனுடன்)

மாது : யோவ் கன்னிப்பா! வாசக் கதவை தாழ்ப்பாள் போட்டு வை. போன மைதிலி பட்டுனு வந்துடப் போறா...(சோபாலால் போகிறான்) என்னடா... சீனு லுங்கி, பனியன்னு மஃப்டி dressல வந்துட்ட....

சீனு : நீதானே சொன்னே...மைதிலி இங்க இருக்கப் போற 1 hourக்கு மட்டும் புடவை கட்டிக்கினு

பொம்பளையா நடிச்சா போதும்னு... அதான் மைதிலி போயாச்சா... புடவைய கழட்டிட்டேன்... ஆ!? வாத்யாரே புடவைய கழட்டறதுக்கு மனசே வரலை வாத்யாரே... கண்ணாடில பாத்தேன்... என்ன ஒரு கம்பீரமா இருக்கு தெரியுமா... Just 1 hour கட்டினதுக்கே புடவை பேர்ல எனக்கு இவ்வளவு ஆசை வருதே! ஆயுசு பூரா கட்டற பொம்பளைங்களுக்கு ஏன் ஆசைவராது... அதான் பொம்பளைங்க புருஷன்களைப் புடவை வாங்கித் தா... வாங்கித் தான்னு... உயிரை வாங்குதுங்க...

மாது : எங்க அந்தப் புடவை...

சீனு : அதைக் குளிக்கற ரூம்ல hangerல வச்சுருக்கேன்... விக்கை எங்க போட்டேன்... உன் ரூம்ல வச் சேன்னு நினைக்கறேன்... உள்ள போய்ப் பாரு... விக், கொலுசு, வளையல், தோடு, புடவைனு குஷ்மாதேவி Part Partஆ கிடக்கறா...

மாது : உள்ள போய் எல்லாத்தையும் பழையபடி மாட்டிக்க...

சீனு : எதுக்கு...?

மாது : நல்லா யோசிச்சுப் பார்... நான் உன்னோட close friend இல்ல?

சீனு : close friendடா இல்லையாங்கறத அப்பால யோசிப்போம்... மொதல்ல எதுக்குனு சொல்லு...

மாது : சீனு... இன்னும் ஒரு 10, 15 நாளைக்கு நீ குஷ்மா தேவியா நடிக்கணும்...

சீனு : ஆளை விடு... வாத்யாரே, இப்ப சொல்றேன்... நீ எனக்கு friendடே இல்லை...வரவா...

மாது : சீனு கேளுடா... அந்த மைதிலி இன்னும் 10,15 நாள் இங்க தங்கப்போறாளாம். அதான்...

சீனு : அது இன்னும் மோசம்... நான் friend இல்லேன்னு சொன்னதை மறந்துடு...இப்ப சொல்றேன், நீ எனக்கு ஜென்ம எதிரி... நான் வரவா.....

மாது : சீனு...

சீனு : உனக்கென்ன வாத்யாரே... அந்த அம்மாவை என் கூட அனுப்பிட்ட... வுடாம Hindiல என் காதுகிட்ட பேசிக்கினே இருக்கா... வாத்யாரே... மெய்யாலுமே இதுதான் இந்தி திணிப்புங்கறது. காதுல திணிக்கறா வாத்யாரே. இப்ப காதை குடைஞ்சா... பேட்டா... பேட்டி... பிதாஜி... ஆயுஷ் மான்பவனு Hindiல வார்த்தையா கொட்டும். 10,15 நாள் மைதிலி என்கூட பேசினா அப்பால Paperல வரும், Hindi பேச்சை கேட்டதால சீனு அகால மரணமடைந்தார்னு...

மாது : சீனு கண்ணா! தோ பார்... அந்த 15 நாள் மைதிலி உன்கூட அதிகம் பேசாம நான் பாத்துக்கறேன்... போதுமா...?

சீனு : 15 நாள் office leave போடணுமே, வாத்யாரே... வேலை பூடும்...

மாது : அதெல்லாம் நான் மானேஜர் கிட்ட சொல்லி வேலை போகாம பாத்துக்கறேன்... போதுமா...?

சீனு : Photo studio...

மாது : நானே பாத்துக்கறேன்...

சீனு : Lover குஷ்மாதேவிய டெய்லி பீச்சு, parkக்குனு தள்ளிக்கினு போவேன்...

மாது : பரவாயில்லைன்னு சொல்லு, இதையும் நானே பாத்துக்கறேன்...

சீனு : வாத்யாரே...

மாது : சீனு... please... Please...

(காலிங் பெல் சத்தம்)

மாது : யாரு... இந்த வேளைல (போய் பார்த்து ஓடி வந்து)... சீனு, எம் மச்சானும் ஜானகியும்டா...

சீனு : மணி 11.30 தான் ஆவுது... காஞ்சிபுரத்துக்கு ஏரோ ப்ளேன்ல போயிட்டு வந்துட்டாங்களா?

மாது : தெரியலையே... வந்துட்டாங்க... நீ ஓடுடா...

போய் குஷ்மாதேவி டிரஸ் போட்டுக்க...

சீனு : வாத்யாரே...

மாது : போடா...

சீனு : உன்கிட்ட மாட்டிக்கினு முழிக்கறேன்... (போனவன் திரும்பி) ஏன் வாத்யாரே... மைதிலிக்குத்தானே நான் குஷ்மாதேவி... உன் மச்சான் wifeக்கு எதிர்ல சீனுவா இருந்தா என்ன...

மாது : இல்லடா... மாடி போர்ஷன்ல குஷ்மாதேவி குடி வரதா அவங்க கிட்ட சொல்லியாச்சு... ஏற்கனவே...

சீனு : என்னக் கேக்காம ஆளாள் கிட்ட என்னப் பத்தி கமிட் பண்ணியிருக்க... (மாது portion பக்கம் போக...)

மாது : அங்கெங்க போற... நீ குடியிருக்கப் போறது அந்த மாடி போர்ஷன்...

சீனு : அப்ப புடவை விக்கெல்லாம்...

மாது : நீ போ... நான் adjust பண்ணி கொண்டு வந்து தர்றேன்...

(சீனு exit)

சோபா : நான் எந்த portion?

மாது : பீடை... அப்பாவும் பொண்ணும் தனித்தனி portionலயா இருப்பா...போ அவன் கூட....

(சோபாலால் exit)

(காலிங் பெல் சத்தம்)

மாது : Yes, coming...(ஜானகி, இராமானுஜம் entry).

ஜானகி : எத்தனை நேரம் காலிங் பெல் அடிக்கறது...ம்... உள்ள கதவை தாழ்ப்பாள் போட்டுண்டு என்ன பண்ணிண்டிருக்கேள்.....

மாது : நீங்க யாரும் இல்லையா, தூங்கிட்டேன்...என்ன மச்சான் மணி 11.30தான் ஆவுது. அதுக்குள்ள எப்படி காஞ்சிபுரத்துக்குப் போய் பொண்ணப் பாத்துட்டு வந்துட்டீங்களா...?

ராமா : அது ஒரு பெரிய கதை, மாப்பிள்ளை... Paris bus standக்குள்ள நாங்க நுழையவும், காஞ்சிபுரம் பஸ் போகவும் சரியா இருந்தது. இந்த ராஸ்கல் கிருஷ்ணன் அடுத்த பஸ் 10 மணிக்குன்னான், நான் சரி ரெண்டு மணிநேரம் ஏன் பஸ் standல நிக்கணும்னு, வீட்டுக்குப் போகலாம்னா, அந்த லூசு கிருஷ்ணன், எங்களைப் போகக் கூடாது; பஸ் standல தான் wait பண்ணணுங்கறான்; நீ யார்டா அதைச் சொல்றதுக்குன்னு நான் கேட்டுட்டுத் திரும்பறேன்... அந்த ராஸ்கல் கீழ படுத்துண்டு என் ரெண்டு காலையும் கெட்டியா பிடிச்சுண்டு நகரவுடாம பஸ் standல எல்லார் எதிர்லயும் மானத்தை வாங்கிட்டான்...

மாது : அப்பறம்...

ராமா : நான் விடலை...திமறிண்டு அவன் பிடிலேர்ந்து தப்பிச்சேன்... அப்ப அவன் என்ன பாத்து... எக்கேடோ கெட்டுப் போங்க, நீங்களாச்சு உங்க மாப்பிள்ளையாச்சுனு, உங்களயும் திட்டிட்டு, ஓடற பஸ்சுல தொத்திண்டு போயிட்டான்.

மாது : அப்ப காஞ்சிபுரம் போகலயா...

ராமா : இல்லை...

மாது : பின்ன ஏன் இவ்வளவு லேட்டு?

ராமா : பொண்ண பாத்துட்டு வந்தோம்...

மாது : இங்கேந்தே எப்படி பொண்ண பார்த்தார்?

ராமா : வழியாதேள், Parrys bus standல எனக்குத் தெரிஞ்ச மயிலாப்பூர் மாமியைப் பாத்தேன்... அந்த மாமி தன் பொண்ணுக்கு வரன் தேடிண்டிருக்கா... விஷயத்தை என் கிட்ட சொன்னா... சரி கிளம்பினது தான் கிளம்பினோம்... அந்தப் பொண்ணையாவது பாத்துட்டு வரலாமேன்னு மயிலாப்பூர் போய் பொண் பாத்துட்டு வர்றோம்...

மாது : என்ன மச்சான் மைலாப்பூர் பொண்ணு ஓகே வா...

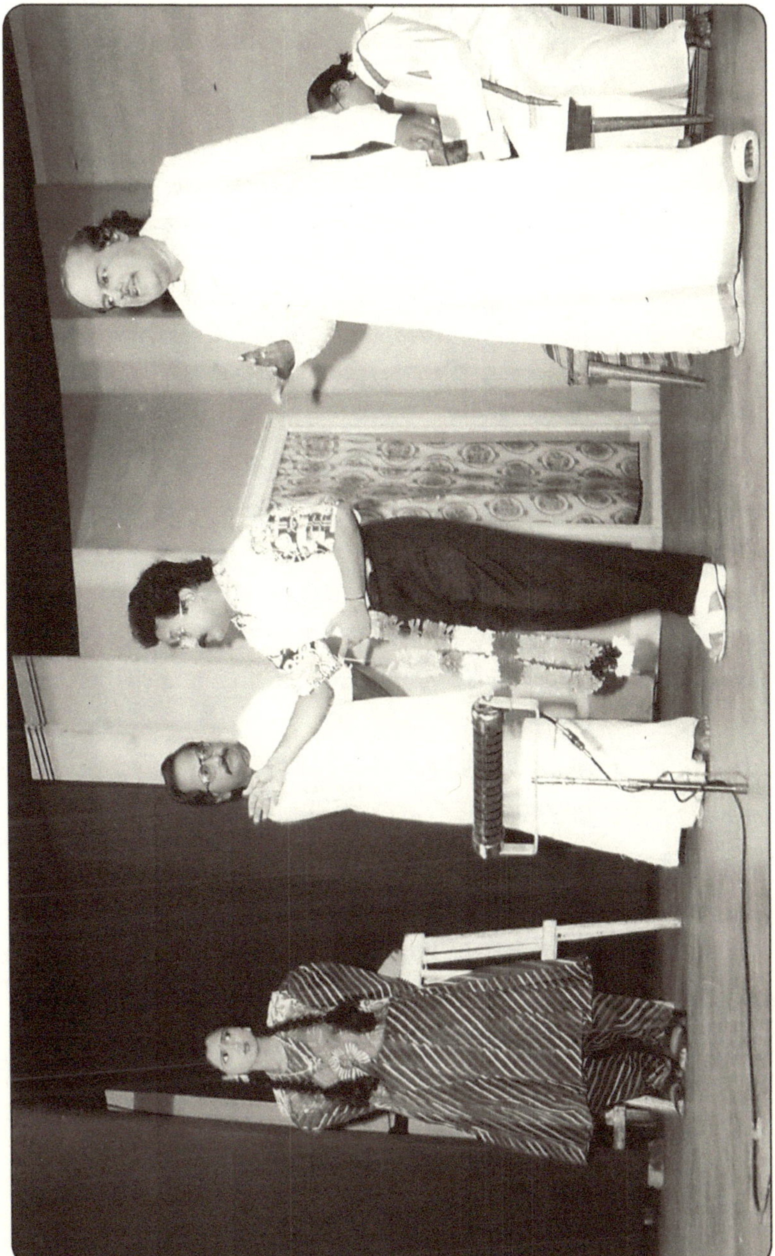

ஜானகி : எனக்கு ஓகே, பிடிச்சுருந்தது. ஆனா, இவர்தான் என்னமோ பிடிக்கலை வேண்டாம்னு சொல் லிட்டார்.

மாது : ஏன் மச்சான்...

ராமா : என்ன மாப்பிள்ளை... பொண்ணு சகிக்கலை... எனக்கு 47வயசுதான்; எந்த பொண்ணயும் நான் Ok சொல்லணும்தான்; இருந்தாலும் அது பொண்ணா இருக்கணும் இல்லையா? அவ பாக்கறதுக்கு பொண்ணு மாதிரியே இல்ல. என்னமோ ஆம் பளைக்கு பொம்பளை வேஷம் போட்டாமாதிரி இருந்தது...

மாது : அங்கயும் குஷ்மாதேவியா...?

ராமா : என்னாச்சு குஷ்மாதேவி இங்க குடி வரப்போற விஷயம்?

மாது : Already வந்தாச்சு...(சோபாலால் வர) என்ன சோபாலால் ரெடியா (அவனிடம் மாது கேட்க)

சோபா : எங்க ரெடி, டிரஸ் விக்கெல்லாம் உன் portionல இருக்கு...

மாது : ஆமாம் மறந்துட்டேன்...

ராமா : மாப்பிள்ளை, யார் இவன்...

மாது : குஷ்மாதேவி அப்பா...

ராமா : இவன் குஷ்மாதேவி அப்பாவா...? அப்ப குஷ்மா தேவிங்கறது பொறந்த குழந்தையா...?

மாது : No... No... பெரியவர் மச்சான், இவருடைய பேரு சோபாலால்.....

ராமா : சோபாவா... ஸ்டூல் சைசுக்கு இருக்கார். ஸ்டூல் லால்னு மாத்திடுங்கோ... ஜானகி நீ ஏன் நிக்கற... உள்ள போய் சாப்பிட எதான டிபன் பண்ணு... மாப்பிள்ளை... குஷ்மாதேவிய கூப்பிடுங்கோ... பாப்போம்...

மாது : ஜானகி, இரு... உள்ள போகாத... இப்படி வா... மச்சான் நீங்களும் வாங்க, இப்படி உக்காருங்க...

உங்களுக்கு டிபன்தானே வேணும் sweet, காரம், காபி... அய்யா ரெடி பண்ணி வச்சிருக்கேன்... என் கையால பண்ணத என் கையால் நானே serve பண்ணறேன்...

ஜானகி : என்னண்ணா...

மாது : Sit down... உள்ள யாரும் போகக்கூடாது. Ok... One second..... (உள்ளே போக)

ஜானகி : இவருக்கு காபி கூட கலக்கத் தெரியாது, sweet, காரம்லாம் எப்படிப் பண்ணினார்?

ராமா : அதானே, நாம இல்லாத மூணு மணிநேரத்துல மாப் பிள்ளைக்கு இவ்வளவு சாமர்த்தியம் வந்துடுத்தா...

மாது : (வந்து) இந்தாங்க... Sweet... காரட் அல்வா.

ஜானகி : காரட் அல்வாவா... இதல்லாம் பண்ண யார் உங்களுக்கு சொல்லித் தந்தா...

மாது : அதாண்டி மாதுங்கறது... காரட் அல்வா சாப் பிட்டுப் பாரு, நீயும் பண்ணுவியே... காரட் அல்வா... இது பார்... 22 காரட் அல்வா... குனிஞ்ச தலை நிமிராம சாப்பிடுங்க... அடுத்தது காரம்... பூந்தி வரும்... திரும்பிப் பாக்கக்கூடாது... பேசக் கூடாது... சஸ்பென்ஸ்... ஒவ்வொண்ணா வரும், குனிஞ்ச தலை நிமிராம, திரும்பிப் பார்க்காம சாப்பிடணும்... ஒவ்வொரு itemஆ போகும்; (விக்கை காட்டி)... ஒவ்வொரு itemஆ வரும்... (அந்த பக்கம் விக்குடன் ஓடிப்போய் மைக்கில்)...

மாது(குரல்) : சீனு, புடவை... எங்க வச்சே...!

சீனு(குரல்) : பாத்ரூம் hangerலனு சொன்னேனே?

மாது : இந்தா விக்...

சீனு : வாத்யாரே இது என் விக் இல்ல, உன் wifeவோட சவுரி...

மாது : அய்யய்யோ... (வெளியே வருகிறான்)...(ஜானகி பக்கம் திரும்பி) திரும்பக் கூடாது... எப்படி காரட் அல்வா...

ராமா : மச்சான்... இது காரட் அல்வா இல்ல... பீட்ரூட் அல்வா... மாத்தி... சொல்லிட்டேள்...

மாது : (சவுரியை காட்டி) அவசரத்தில் அப்படித்தான் மாறும்...

ராமா : But நாங்க adjust பண்ணிக்கறோம்...

மாது : இங்க பண்ணிக்கலாம்... அங்க முடியலயாம்...

ராமா : என்ன?

மாது : சாப்பிடுங்க... அடுத்தாப்ல விக் வரும்...

ராமா : விக்கா...

மாது : விக் இல்ல... விக்... விக்... விக்கல் வரும்னேன்... காரம் அடுத்தாப்ல வரும்னேன். காரம் சாப்பிட்டால் விக்கல் வரும்னேன்...

(உள்ளே போக...)

ஜானகி : என்ன பண்ணறார் பின்னாடி....

ராமா : என்னமோ பண்ணிட்டுப் போறார்... ஏதோ இந்த மட்டும் டிபன் பண்ணி வச்சுருக்காரே... (மாது வந்து இரண்டு தட்டை வைத்து...)

மாது(குரல்) : இந்தா விக்...

சீனு : புடவை...

மாது : அத... அடுத்த tripல எடுத்துண்டு வரேன்...

சீனு : கண்ணுல படாம ஒழுங்கா போய் சேந்தா letter போடு வாத்யாரே...

மாது : கிண்டலா... நுரை தப்ப ஓடிண்டிருக்கேன்..... (வெளியே வந்து),

ஜானகி : என்னன்னா! திரும்பலாமா...

மாது : அடுத்தது... காபி வருமே... அதுக்கப்புறமா தான் திரும்பலாம்... மச்சான், எப்படி இருக்கு பட்டுப்புடவை சுண்டல்?

ராமா : பட்டுப்புடவை சுண்டலா...?

மாது : இது பட்டாணி சுண்டலா... சாப்பிடுங்க... காபி

வரும்... (உள்ளே ஓடி வெளியே பட்டுப் புடவை யுடன் வருகிறான்)

(அந்தப் பக்கம் போகிறான்...)

மாது : இந்தா பட்டுப்புடவை.

சீனு : என்ன வாத்யாரே... ஈரமா இருக்கு...

மாது : ஏ முண்டம் எல்லாம் உன்னால்... ஏண்டா பாத்ரூம். hangerல போட்ட? கீழ பக்கெட் நிறைய தண்ணி... அவசரத்துல எடுக்கறச்சே பக்கெட்ல விழுந்து ஈரமா யிருச்சு... பரவாயில்ல... adjust பண்ணிக்க.

சீனு : சீ... என்ன வாத்யாரே... இப்டி ஈரம் சொட்ட சொட்ட புடவை கட்டிண்டா அவங்க எதிர்ல கவர்ச்சி கன்னி குஷ்மாதேவியா இருப்பேன்.

மாது : கடைல போய் வேற புடவை வாங்கிண்டு வர்ற வரைக்கும்லாம், அவங்களை டிபன் சாப்பிட சொல்ல முடியாது...

சரி விடு... விடு... என் wife ஜானகியோட புடவை, கிடவை ஏதாவது இருக்குமா பாக்கறேன்...

(வெளியே ஈரப் புடவையுடன் வருகிறான்)

ஜானகி : என்ன பண்ணறேள்? (திரும்பிப் பார்க்க... ஓடும் மாது நிற்கிறான், பின்பக்கம் புடவையை மறைத்து...) என்னது... கைல? காட்டுங்கோ...

மாது : ஆ! அ!! ஜானகி உனக்காக வாங்கினேன்... ஈரப் புடவை...

ஜானகி : அய்யய்யோ... எப்படி ஈரமாச்சு...

மாது : உனக்கு surprise இருக்கணும்கறத்துக்காக பின்பக்கம் துணி உலத்தற கொடில போட்டிருந்தேன். அது தவறி பக்கெட் தண்ணில விழுந்து ஈரமாயிடுத்து.

ஜானகி : பரவாயில்லை... ஏதோ இந்தமட்டும் புடவை எனக்கு வாங்கித்தரணும்னு தோணித்தே... thanks...

மாது : புடவை மட்டும் இல்ல..... உனக்கு பல surprise வச்சுருக்கேன், நீ போய் திரும்பிப் பாக்காம டிபனை சாப்பிடு... last item குடுத்துட்டு வந்துடறேன்...

ஜானகி : யாருக்கு...

மாது : உங்களுக்குத் தான் last item... காபி... (ஜானகி உட்கார) (மாது உள்ளே ஓட)

ஜானகி : எதுக்கு இப்ப புடவைலாம் வாங்கித்தரார்...

ராமா : இதான் பொம்பளைங்கறது... வாங்கித் தரலேன்னா ஏன் வாங்கித் தர மாட்டேங்கறார்னு வருத்தப் படறது, வாங்கித் தந்தா... எதுக்கு இப்ப திடீர்னு வாங்கித் தந்தார்னு சந்தேகப் படறது... ஆசையா தந்துருக்கார். வச்சுக்கோயேன்...

(இந்த gapல மாது அந்தப் பக்கம் ஓடி...)

மாது : சீனு... ஜானகி பீரோ பூட்டியிருக்கு... புடவை எதுவும் காணும்... அவசரத்துக்கு இந்த சல்வார் கமீஸ்தான் கிடச்சது... Okவா...

சீனு : எனக்கு எதுவும் Ok. நீ swimming dress கொடுத்தா கூட போட்டுக்கினு வந்துடுவேன்... உனக்கு Okயா பாத்துக்க...

மாது : சரி! சரி! சட்டுனு ரெடியாகற வழியப் பாரு... (மாது வெளியே வந்து) அப்பாடி... ஓவர்...

ராமா : எங்க ஓவர்... இன்னும் காபி வரலயே!...

மாது : உள்ள இருக்கு... எழுந்து போய் குடிச்சுக்குங்க... என்ன ஜானகி... புடவையையே வச்ச கண் மாறாம பாத்துண்டுருக்க... மொதல்லயே தெரிஞ்சிருந்தா sweet காரத்துக்கு பதிலா புடவய தந்தட்டு நிதானமா எல்லாத்தையும் கொண்டு போய் தந்துருப்பேன்.

ஜானகி : புடவை பிரமாதமா இருக்கு... இதுக்கு matchingஆ ரவிக்கை துணி வாங்கணும்...

மாது : ஏற்கனவே வாங்கி தெச்சு ரெடியா உள்ள இருக்கு... Enjoy...

ஜானகி : எங்க பாக்கறேள்...?

மாது : ஜானகி, ஒரு நிமிஷம்... வந்து சல்வார் கம்மீசுக்கு ரவிக்கை போடமாட்டாங்களே...

ஜானகி : ச்சீ...ச்சீ... மாட்டாங்க... ஏன் கேக்கறீங்க?

மாது : கேட்டேன். சோபாலால், உம் பொண்ணு குஷ்மா

தேவியை கூப்புடும்யா... பாக்கணும்னு wait பண்றாங்க இல்லையா...

சோபா : குஷ்மா... குஷ்மா... இதர் ஆவோ...

(குஷ்மாதேவி entry)

மாது : ஜானகி... இதான் குஷ்மாதேவி... அப்புறம் ஜானகி, உனக்கு Hindi தெரியுமா?

ஜானகி : சுத்தமா தெரியாது... ஏன்...?

மாது : அப்ப குஷ்மாதேவிக்கு சுத்தமா தமிழ் தெரியாது... குஷ்மாதேவி, மேரா தர்மபத்தினி ஜானகி ஹை...

ராமா : மாப்பிள்ளை, என்னை... என்னை...

மாது : பறக்காதீங்க... குஷ்மாதேவி மேரா தர்மபத்தினி கி பாயீ நாம் ஹை ராமானுஜம்...

ராமா : என்ன பத்தி என்ன சொன்னேள்...?

மாது : உங்களை பத்தி சொல்றதுக்கு என்ன இருக்கு... ராமானுஜம் பேர்தான் இருக்கு... அதைச் சொல் லிட்டேன்...

சீனு : நஹி... நஹி...

ராமா : நஹி... நஹி...ன்னா?

மாது : போறேங்கறா... போர்ஷனுக்கு...

ஜானகி : ஒரு நிமிஷம்... எங்கயோ பாத்தா மாதிரி இருக்கே...

மாது : சீச்சீ... நீ எங்க இவளை பாத்துருக்க...

ஜானகி : நான் இவளை சொல்லலை... இவ போட்டுண்டி ருக்கற சல்வார் கம்மீஸ்... எங்க பாத்தேன்...ஆ...! கல்யாணமான புதுசுல நான் ஒண்ணு இது மாதிரி வாங்கினேன்... இது அதே மாதிரி இருக்கு... இது எங்க எடுத்ததுமா...?

மாது : ஹே... எங்க... பீரோ மேலேந்துநான் எடுத்தது... இது பாக்க பழசா இருக்கு... குஷ்மா தேவி பீரோமேல போட்டுவச்சிருப்பான்னு சொல்ல வந்தேன். நீ போய் சமயலை கவனி... இங்க தானே இருக்கப் போறா..... அப்பறம் பேசிப்போம்...

(ராமானுஜம், ஜானகி போக...)

சீனு : நான் போலாமா...?

மாது : ரைட், நீ உள்ளே போய்க்கோ...

ராமா : (வந்து) மாப்பிள்ளை, குஷ்மாதேவி எங்க?

மாது : ஏன்...?

ராமா : பிரமாதமா இருக்கா... இந்த மாதிரி ஒரு அழகான பொண்ணை நான் பாத்ததேயில்லை... Top... நான் அப்பறம் பேசிக்கறேன்... (exit)

மாது : அடப்பாவி... மச்சான்... நெஜம் பொண்ண பாத்துட்டு, ஆம்பிளைக்கு பொம்பளை வேஷம் போட்ட மாதிரி இருக்குனு சொல்லிட்டு, இப்ப பொம்பளை வேஷம் போட்ட ஆம்பளைய டாப்புங் கறானே...!

(திரை)

காட்சி 5

மாதுவின் வீடு

(மாது ஆபீஸுக்குக் கிளம்புகிறான்)

மாது : ஜானகி... நான் ஆபீஸுக்குக் கிளம்பறேன்... டயமாச்சு. டிபன் பாக்ஸ கொண்டு வாம்மா... ஜானகி-ஏ ஜானகி... உள்ள என்னடி பண்ற... கூப்பிடறது காதில விழல? ஆபீசுக்கு டயமாச்சுமா... டிபன் பாக்ஸ தந்து தொலையேண்டி...(குஷ்மாதேவி சீனு entry) ஹாய் குஷ்மா ஆபீசுக்குப்போற புருஷனுக்கு டாட்டா சொல்ல வந்தியா...

சீனு : நஹி...

மாது : நஹியா? எனக்கும் நஹியா... அடேய் சீனு, நான் கூப்பிட்டது மூணு முடிச்சு போட்டு முறையா கட்டிண்ட என் பொண்டாட்டி ஜானகியடா! அவதான் தாலி கட்டின பொண்டாட்டி... நீ வெறும் வேஷம் கட்டின பொண்டாட்டி... உனக்கெல்லாம் டாட்டா சொல்லிட்டு ஆபீசுக்குக் கிளம்ப முடியாது... சீனு, சுமாரா wifeஆ act பண்ணா போதும்...

அதுக்குனு இப்படி Over actலாம் பண்ணாத... நான் கூப்பிட்டாதான் நீ ரூமை விட்டு வெளில வரணும்னு எவ்வளவு தடவை சொல்லியிருக்கேன்... நடு ஹால்ல... இப்படி ஆம்பளை காமாட்சியா நிக்காத... போ... உள்ள...

சீனு : நஹி... நஹி... (சீனு உள்ளே போக)

மாது : போற ரேட்டுல எனக்கும் நஹி... எங்கப்பனுக்கும் நஹிம்பான் போலருக்கே-... ஜானகி என்ன பண்ணற... டிபன்பாக்ஸ கொண்டு வாம்மா- கத்தி கத்தி பசி ஜாஸ்தியாயிடுத்து... கொண்டு வந்த டிபன் பாக்ஸை இப்பவே முடிச்சுடப் போறேன்... ஜானகி டிபன்பாக்ஸ்...

(சீனு entry one மகா பெரிய டிபன் காரிய ருடன்)

மாது : நான் டிபன் பாக்ஸ் கேட்டது என் wifeஐ... நீ ஏண்டா டிபன் காரியரை கொண்டுவர? ஆபீஸ் போற புருஷனுக்கு அனுசரணையா டிபன் பாக்சுல lunch வச்சு தரியா... எங்க புடிச்ச இவ்வளவு பெரிசா... இதுல டிபன் ஆபீசுக்கு எடுத்துண்டு போகணும்னா கூட porter வச்சுதான் தூக்கிண்டு போகணும் போலருக்கு... சீனு, என்னடா எனக்கு ஆபீஸ் போறச்சே டாட்டா சொல்ல வர... இப்ப டிபன் பாக்ஸ் தர... புரிஞ்சு போச்சு, உனக்கு இந்த குஷ்மாதேவி ரோல் புடிச்சு போச்சு. ஆபீஸ்,கீபீஸ் உபத்ரவமெல்லாம் கிடையாது... வசதியா வீட்டுலேயே இருக்கலாம்... என்ன இப்படியே permanentஆ settle ஆயிடலாம்னு தோணுதா?

சீனு : நஹி... வாத்யாரே... நஹி... டிபன் காரியர் உனக்கு இல்லை, எனக்கு.

மாது : உனக்கா?

சீனு : மணி 10 ஆவுது... காலைல எந்திரிச்சதுலேர்ந்து நான் இன்னும் காபி கூட குடிக்கலை வாத்யாரே...

மாது : ஏண்டா... பொம்பளையா இல்லாட்டியும், நீதான் பொம்பளை கணக்கா அட்டகாசமா சமைப்பியே,

ரூம்ல காபி போட்டு குடிக்க வேண்டியது தானே...

சீனு : அந்த ரூம்ல சாப்பிடற itemனு பாத்தா குழாய்ல தண்ணி மட்டும்தான் வருது... குழாய் தண்ணில எப்படி வாத்யாரே காப்பி கலக்கறது... காலி ரூம்ல குடிவச்சு இப்படி உசுரை வாங்கறியே வாத்யாரே... பசி வயித்த கிள்ளுது...

மாது : நான் இந்த சோத்துப் பிரச்னையை மறந்தே போயிட்டேன்...

சீனு : ஏன் மறக்கமாட்ட? காலைல நல்ல heavyஆ டிபன் துண்ணுருப்பியே...

மாது : சீச்சீ... டிபன் இல்ல... சாப்பாடே ஆச்சு...

சீனு : சாப்பாடே ஆச்சா...?!

மாது : பொம்பளை வேஷத்துல இருந்துட்டு, அப்படி பசி வெறில கண்போடாதடா..... பெண் பாவம் பொல்லாதும்பாங்க... பலிச்சுடும்... நான் உனக்கு சாப்பாட்டுக்கு arrange பண்ணறேன்.

சீனு : ஏதோ ஒரு நாள், இரண்டு நாள்னா adjust பண்ணிக் கலாம். 10, 15 நாள் சாப்பிடாம உண்ணாவிரதம் இருக்க நான் என்ன மகாத்மா காந்தியா.....இதுல போய் ஓட்டலேந்து எதுனா வாங்கியா...

மாது : இதுலயா... 10, 15 நாளைக்கும் சேத்து டிபன், காபி, சாப்பாடு வாங்கிண்டு வரச்சொல்றியா?

சீனு : கிண்டலா...

மாது : ஏதுடா இது...

சீனு : கத்திக்குத்து கன்னியப்பன் பய இல்ல... அவன் கிட்ட எவனோ இத்தை அடகா வச்சு... கடன் வாங்கிக்கினு போயிருக்கான்.

மாது : ரொம்ப பெரிசு... மஹாபாரத காலத்துல இது இருந்திருந்தா தருமபுத்திரர், திரௌபதிக்கு பதிலா இதப் பணயமா வச்சு சூதாடியிருப்பார். ஏண்டா அந்த சோபாலால், கன்னியப்பன் எதுக்கு தண்டத்துக்கு இருக்கான்... அவனை போய் வேளா

வேளைக்கு உனக்கு ஓட்டல்லேந்து டிபன், காப்பி, சாப்பாடு வாங்கிண்டு வரச் சொல்றதுதானே...

சீனு : எனக்கு டிபன் வாங்கிண்டு வரேன்னு போனவன் தான், இன்னும் வரலை...

மாது : வந்துருவான்... மணி 10 தானே ஆவுது... வந்துடு வான்... நல்லவன்... சோம்பேறிங்காதே - நீ சொல்லி எவ்வளவு நேரமாச்சு...

சீனு : எவ்வளவு நேரமாச்சா... எவ்வளவு நாளாச்சுனு கேளு... நேத்து காலைல 7மணிக்கு எனக்கு டிபன் வாங்கிண்டு வரேன்னு போனவன்... இன்னும் வரலை... சோமாரி... வெறுப்பேத்தாத வாத்யாரே...

மாது : நேத்து போனவன் வரலையா... அவனுக்கு சோபாலால்ங்கறதுக்கு பதிலா சோம்பேறிலால்னு வச்சிருக்கலாம். ஒருவேளை மிலிடெரிக்கு பயந்து ஒரேடியாய் பூட்டானா...

சீனு : நான் வட்டியோட கடனைத் திருப்பித்தர வரை அவன் என்னை விடமாட்டான்... நான் விக்கிர மாதித்தன்னா அவன் என் கழுத்துல குந்திருனு இருக்கற வேதாளம்... சொல்லாம கொள்ளாம நழுவிடறான்...

மாது : இன்னிக்கு வந்தா அவனை விடாத... கரெக்டா அவன் sizeக்கு இருக்கற இந்த டிபன்காரியர்ல அவனைப் போட்டு மூடி வை.

சீனு : சரி... சட்டுனு இதை எடுத்துக்கினு போய் ஓட்டல் லேர்ந்து இன்னி பூரா சேத்து டிபன், காபி, சாப்பாடு வாங்கியா...

மாது : இத... இப்ப தராத... நான் உன்னைக் கூப்பிட்டு வாங்கிக்கறேன்...

சீனு : ஏன்?

மாது : ஜானகி இப்ப எனக்கு Office போறச்சே டிபன் பாக்ஸ் தருவா, இது என் கைல இருக்கறதை பாத்தா... அவளுக்கு சந்தேகம் வரும்... சந்தேகம் வந்தா கூட பரவாயில்லை... இதபாத்தா பயந்துடுவா...

எவ்வளவு பெரிசுபா... எங்க வீட்டு டிபன்பாக்ஸ் வயசுக்கு வந்து, பெரியவளா ஆன மாதிரி இருக்கு... மொட்டை மாடில்ல வைச்சா 'டிஷ்' ஆண்டினா மாதிரி ஃபாரின் புரோகிராம்லாம் எடுக்கும் போல இருக்கு... நீ போ உள்ள... ஜானகி வந்து போன பின் கூப்பிடறேன்... எங்க... ஜானகி...

சீனு : கூப்பிட்டா காதுல விழாது... ஜானகி மொட்டை மாடில தோச்ச துணிகளை வெயில்ல காயப் போட்டுக்கினு இருக்கா...

மாது : உனக்கெப்படித் தெரியும்...

சீனு : நானே இப்ப மொட்டை மாடிலேந்துதானே வரேன்...

மாது : சீனு... (பயந்து கத்த)

சீனு : ச்சீ... கம்முனு கெட... நானும் மொட்டை மாடில என் துணிய தோச்சு காயப் போட்டுட்டு வர்றேன். தப்பா எடுத்துக்கிறியே. ஜானகி எனக்கு தங்கச்சி மாதிரி...

மாது : Infact எனக்கே ஜானகி தங்கச்சி மாதிரிதான்... அண்ணாவோட தங்கை... தலையெழுத்து... அப்புறம் சீனு, நானே உன்கிட்டே சொல்லணும்னு இருந்தேன்,. துணியெல்லாம் அப்பப்ப தோச்சு போட்டுக்கடா... 2 நாளா இதே புடவையை கட்டிண்டு இருக்கியே... பக்கத்துல வந்தா பேய் கப்பு அடிக்குது... குஷ்மாதேவி இல்லை கப்பா தேவி... புடவையை மாத்துபா...

சீனு : போ... வாத்யாரே... நான் கொண்டு வந்த ரெண்டு புடவைல, ஒரு புடவையை உன் wifeக்கு தானம் பண்ணிட்ட... இருக்கறது இது ஒண்ணுதான்.....

மாது : தோச்சு கட்டுடா... பக்கத்துல வரமுடியலை... ஆன இதுல ஒரு வசதி... யாரும் உன்கிட்ட வர மாட்டாங்க... அனாவசியமா பேசி மாட்டிக்காம இருக்கலாம்...

சீனு : மத்தவங்களை வுடு வாத்யாரே... ஒன்னாலயே

என்கிட்ட வரமுடியலை. ஓட்டல்ல டிபன் வாங்கி குடுத்துட்டு... அப்படியே... புடவை வாங்கி குடு வாத்யாரே..

மாது : ஆண்டவா, சொன்னபடி 10,15 நாள்ல மைதிலி டெல்லி போய்ச் சேர அருள்புரிப்பா... இப்ப புடவை கேக்கற... மைதிலி போக டயமாச்சுன்னா, நகை நட்டெல்லாம் வாங்கிப் போடச் சொல்லுவ போலருக்கே... மைதிலியை நம்ப வைக்க உன்னை நடிக்க சொன்னதுக்குப் பதிலா பேசாம யாரான ஒருத்தியை டெம்பரரியா ரெண்டாம் கல்யாணம் பண்ணிண்டு, மைதிலி போனப்புறம் அவளை permanentஆ divorce பண்ணியிருக்கலாம் போலருக்கு... ஏண்டா... அதான் ஜானகியோட சல்வார் கம்மீஸ் தந்தேனே... அதைப் போட்டுக்க வேண்டியதுதானே...

சீனு : நீ கொடுத்த ஜானகியோட சல்வார் கம்மீஸைத்தான் தோச்சு, மொட்டை மாடில உலத்திட்டு வரேன்... உன் தலையெழுத்தைச் சொல்றியே என் தலையெழுத்தை கவனிச்சயா... சாதாரணமா பொண்டாட்டிக்கு அடங்கின புருஷன் அவ துணியை தோச்சுப்போடுவான்னு கேள்விப் பட்டுருக்கேன்... என் தலையெழுத்து... உன் பொண்டாட்டி துணியை நான் தோச்சு போட்டுண்டுருக்கேன்... இதுக்கு என்ன சொல்ற...

மாது : சரிடா... சீனு நீ உள்ள போ... நான் Office போனதும் ஜானகி, என் மச்சானோட கோயிலுக்குப் போயிட்டு அப்படியே புடவை வாங்க மாம்பலம் போகப்போறதா சொன்னா... நான் office போறா மாதிரி போயிட்டு, 1 hour permission போட்டுட்டு, உனக்கு டிபன் வாங்கித் தந்துட்டு போறேன்... Ok, நீ உள்ள போம்மா...

சீனு : உன் wife ஜானகி புடவை எடுக்கப் போறதா சொல்றியே,... அப்படியே சக்களத்தி எனக்கும் ரெண்டு எடுக்கச் சொல்லு...

மாது : அடி... செருப்பால... போடா... உள்ள...
(சீனு Exit) (ஜானகி Entry) என்ன ஜானகி இவ்வளவு நேரம்...

ஜானகி : மொட்டை மாடில துணி உலத்தப் போயிருந்தேன்...

மாது : உலத்திட்டு வரவேண்டியது தானே... காயற வரை wait பண்ணிண்டிருப்பியா...? காயப்போட்டுட்டு காக்கா கொத்தாம பாத்துண்டிருக்க, அது என்ன வடாமா...?

ஜானகி : அதை விடுங்க... நான் துணி உலத்தறச்சே இந்த குஷ்மாதேவியும் மொட்டை மாடில துணி உலத்த வந்தா...

மாது : தெரியும்... சொன்னா...

ஜானகி : என்னது...

மாது : இல்லை, சொன்னாத் தெரியும்னேன்... சொல்லு...

ஜானகி : என்னன்னா! அநியாயமாயிருக்கு... அவ உலத்தின துணி எல்லாம் லுங்கி... pant, shirtனு ஆம்பளை dressஆ இருக்கு...

மாது : அது... அவ அப்பா சோபாலால்தா இருக்கும்.

ஜானகி : நான்தான் டெய்லி மொட்டைமாடில துணி உலத்த றேனே... சோபாலால் துணி மணி அடையாளம் தெரியாதா எனக்கு? ரொம்ப பக்கத்துல போய்ப் பார்த்தாத்தான் கொடில உலத்தியிருக்கறது ஜிப்பா, வேஷ்டி, shirtனு சொல்ல முடியும்... கொஞ்சம் தள்ளி நின்னா கூட குட்டை குட்டையா கர்சீப் தொங்கறா மாதிரி இருக்கும்... குஷ்மாதேவி உலத்தின ஆம்பளை dressலாம் அவளுக்கு correctஆ இருக்கும். இவ எதுக்கு ஆம்பளை dress வச்சிண்டிருக்கா...

மாது : தோ... பார்... குஷ்மாதேவி உன்னை மாதிரி கர்நாடகம் இல்லை... குஜராத்... ரொம்ப modern... ஜீன்ஸ் pant, shirtலாம்... போடறவளா இருக்கலாம்...

ஜானகி : சரி, pant, shirt Ok... கட்பனியன் எப்படி...

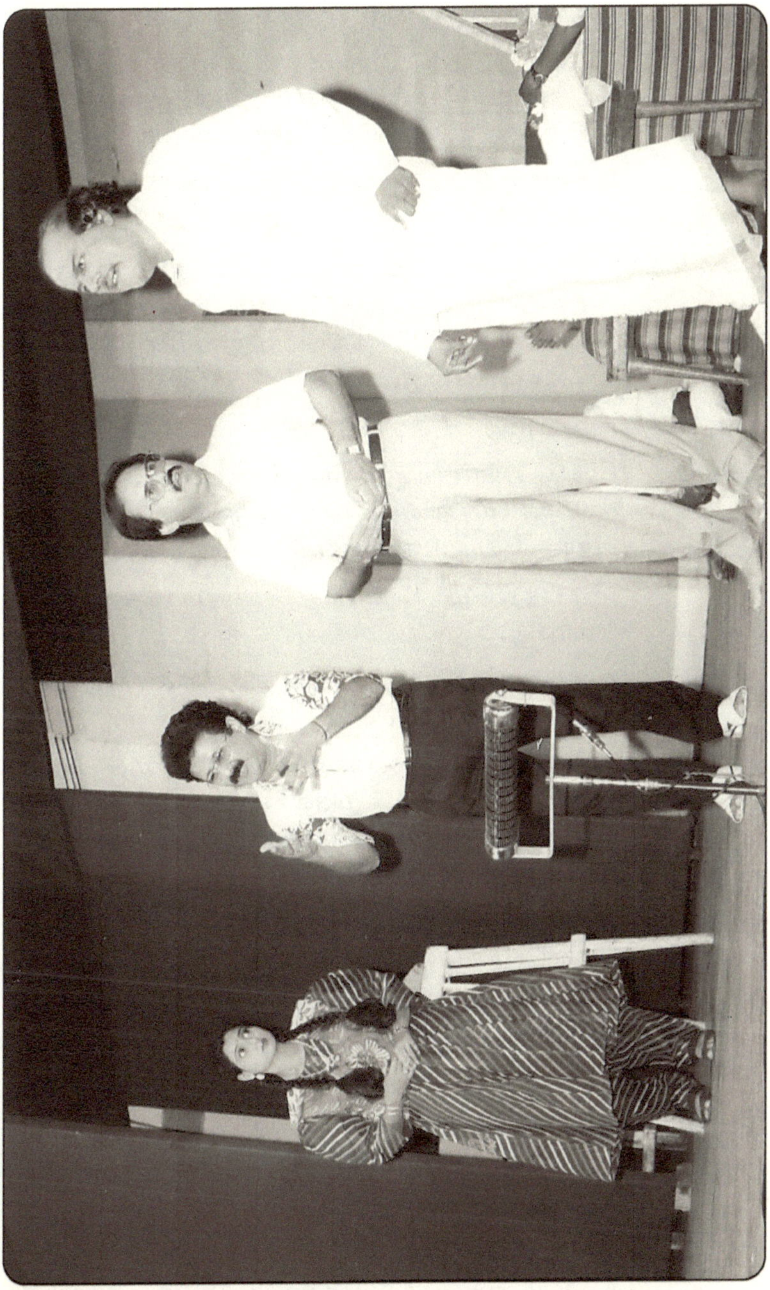

மாது : குடியிருக்கறவங்களை பத்தி ஏன் அனாவசியமா வம்பு பேசற...

ஜானகி : ஒண்ணு சொல்றேன்... இந்த குஷ்மாதேவி இருக்காளே... அவ ஒரு பொம்பளையே இல்லை...

மாது : உனக்கு இப்பத்தான் தெரியும்... எனக்கு அப்பவே தெரியும்.

ஜானகி : சொன்னா நம்ப மாட்டேள். அவ உலத்தின துணில இருந்த ஒரே பொம்பளை துணி அந்த சல்வார் கம்மீஸ் - என்னோடது மாதிரி இருக்குனு சொன்னேனே.....

மாது : ஆமாம்...

ஜானகி : அதே என்னோடதுதான்னு நெனைக்கறேன்... அதுல 'J' னு எம்ப்ராய்டரி போட்டுருக்கு... என் Dressல நான் போட்டுருப்பேன்... 'J' for Janaki...

மாது : பைத்தியம் 'J'ங்கறது, குஷ்மாதேவியோட initialடி...

ஜானகி : குஷ்மாதேவியோட initial 'S' தானே வரணும்? அப்பா பேர் Sofalal...

மாது : குஜராத்திகாரங்கள்ளாம், அவங்க வழக்கப்படி, அம்மா பேரோட முதல் எழுத்தைத்தான் initial ஆக வச்சுப்பாங்க. Jansirani (ஜான்சி ராணி)-அவ அம்மா பேர் ஜான்சிராணி...

ஜானகி : என்னமோ, குஷ்மாதேவி சரியில்லை; எனக்குத் துளி கூட புடிக்கலை...

மாது : 10,15 நாளைக்காக உனக்கு பிடிச்சா மாதிரி, குஷ்மா தேவியெல்லாம் கொண்டு வந்து வக்க முடியாது. இவ்வளவுதான் முடியும்... adjust பண்ணிக்கோ...

ஜானகி : என்னது 10,15 நாள்...

மாது : அவ இருக்கப் போறது 10,15 நாள்தான்... அப்புறம்... அப்புறம் புது வீடு பாத்துண்டு போயிடு வாளாம்...

ஜானகி : மொதல்ல போய் தொலையட்டும்... இந்த மாதிரி பொம்பளையை நான் பாத்ததே கிடையாது...

மாது : மறுபடி மறுபடி அதையே சொல்லாத...

ஜானகி : பின்ன என்ன? அவ உலத்தின சல்வார் கம்மீஸ் காத்துல மொட்டை மாடிலேந்து பறந்து, வாசமரத்து மேல் கிளைல மாட்டிண்டுடுத்து. இவ என்ன பண்ணா தெரியுமோ...? மொட்டைமாடிலேந்து கீழ்பக்க sun shadeல குதிச்சு, அங்கேந்து மரத்துக்கு தாவி மேல ஏறி,... சல்வார் கம்மீஸை எடுத்துட்டு... அப்பவாவது வாச வழியா வரலாம் இல்லையா... அதே ரூட்ல திரும்பி மொட்டை மாடிக்கு வந்துட்டா... ஒரு பொம்பளை-அதுவும் heart weak... எப்படி... எனக்கு அதப் பாத்துட்டு, heart attack வந்துடுத்து...

மாது : அவ அம்மா ஜான்சிராணி மாதிரி... வீர பரம்பரை... தில்லு ஜாஸ்தி-தில் குஷ்மாதேவி-நீ போய் டிபன்பாக்ஸை கொண்டு வா...

(மைதிலி, ரங்கனாதன் entry)

மைதிலி : Hello மாது Good morning...

மாது : ஹாய், மைதிலி good morning. (ஜானகி முறைக்க) Hello madam, good morning.

மைதிலி : என்ன இன்னுமா office போகலை... நானும் Office தான் போறேன். என் கார்லயே வந்துடுங்க. drop பண்ணிடறேன்.

மாது : தோ... கிளம்பிண்டே இருக்கேன்... ஜானகி போய் டிபன் பாக்ஸை கொண்டு வா...

ஜானகி : ஏன்னா! இப்படி வாங்கோ...

மாது : (மைதிலியைப் பார்த்து) ஏ...அண்ணா! அண்ணா தங்கச்சி கூப்பிடறா... அண்ணாவோட தங்கை. brother's sister calling.(தனியே வந்து) என்னடி...

ஜானகி : தோ பாருங்கோ... அவளோட கார்ல போறது எனக்குத் துளி கூட பிடிக்கலை...

மாது : சரி, நான் பழையபடி பஸ்லயே போறேன்... போதுமா...

ஜானகி : நீங்க தங்கை என்ன... என்னை அக்கான்னு சொன்னாகூட நான் பொறுத்துப்பேன்.

மாது : இன்னும் ரெண்டு வருஷம் கழிச்சு அக்கான்னுதான் கூப்பிட வேண்டி வரும் போலருக்கு...

ஜானகி : உங்க மூஞ்சிக்கு எல்லாம் போதும்... அவளோட பேசாதேள்...

மாது : ஆத்திரப்படாத... மைதிலி போயிடுவா... எல்லாம் ஒரு 10,15 நாளைக்குத்தான்...

ஜானகி : கேக்கணும்னு இருந்தேன்... எங்க உங்க friend சீனு, கண்ணுலயே கொஞ்ச நாளா தென்படலையே...

மாது : வெளியூர் போயிருக்கான். 10,15 நாள்ல வந்துடுவான்...

ஜானகி : அது என்ன... எதுக்கெடுத்தாலும் 10,15 நாளுன்னு...

மாது : இன்னும் ஒரு 10,15 நாளைக்கு எல்லாமே 10, 15 நாள்தான்..... ஆமாம், உங்கண்ணனோட கோயிலுக்கு போயிட்டு, புடவை வாங்க கடைக்கு போறேன்னியே...

ஜானகி : புடவை வாங்கிக்கட்டுமா...? 400 ரூபாய் ஆகும் பரவாயில்லையா...

மாது : பரவாயில்லை. ஒரு வேளை டிபன் செலவு 400ரூபாய்னு நெனச்சுக்கறேன்... முக்கியமா, என் மச்சான், உங்கண்ணனை துணைக்கு அழைச்சுண்டு போ...

ஜானகி : அண்ணாவால இப்ப எழுந்திருக்கக் கூட முடியாது...

மாது : ஏன், எங்கயான பள்ளத்துல விழுந்துட்டாரா...

ஜானகி : நல்ல ஜுரம்... படுத்த படுக்கையா இருக்கார்...

மாது : ஏதோ... எழுந்துருக்க மாட்டார் இல்லியா... நீ போய் டிபன்பாக்ஸை கொண்டு வா...

ஜானகி : ஒரு 10 நிமிஷம் wait பண்ணுங்கோ... டிபன் பண்ணித்தான் பாக்சுல வக்கணும்... என்ன...

மாது : நான் Wait பண்ணறேன்... ஜானகி, சாயங்காலம் வரச்சே உனக்கு என்ன வேணும்?

ஜானகி : ஒண்ணும் வேண்டாம்... இப்ப மாதிரி எப்பவுமே பொய் சொல்லாம எனக்கு உண்மையா இருந்தா போதும்...

மாது : சரி... போ.....

ஜானகி : அதுக்குனு வெறுங்கையோட வராதேள். நாலு முழம் மல்லிப்பூ வாங்கிண்டு வாங்கோ (மைதிலி காதில் விழச் சொல்கிறாள்)...

மாது : அது... என்ன இருந்தாலும் கூடப் பொறந்த அண்ணாவோட தங்கை இல்லையா... அதான் பாசம்...

மைதிலி : மாது what is this? ஆபீசுக்குப் போறச்சே தங்கை கிட்ட சொல்லிக்கறீங்க... மல்லிகைப்பூ வாங்கித் தரேன்கறீங்க... தாலி கட்டின பொண்டாட்டிய கண்டுக்கவே மாட்டேங்கறீங்க...

மாது : யாரு...

மைதிலி : குஷ்மாதேவி...

மாது : ஆ... ஆ!! அது... எப்படிங்க ஜானகி எதிர்ல அவளை கண்டுக்கமுடியும்... நான் குஷ்மாதேவியை கட்டிக்கிட்டது, என் தங்கையோட அண்ணனுக்கும், அண்ணாவோட தங்கைக்கும் தெரியாதே...

மைதிலி : சரி, அதான் ஜானகி போயாச்சே. இப்ப கூப்பிட்டு அவகிட்ட atleast ஆசையா போயிட்டு வரேன் னாவது சொல்லுங்க...

ரங்க : மாது... குஷ்மாதேவி கிட்ட சொல்லிகிட்டு போங்க...

மாது : நீங்க சொன்ன போறாதா... கேக்கமாட்டேனா? இதுக்கெல்லாம் கூட ராணுவத்தை அனுப்பணுமா...

குஷ்மா... குஷ்ண்... குஷ்ண்... (சீனு காரியருடன் வந்து)

சீனு : நஹி......

மாது : வர முடியாதுன்னாதான் நஹி... வந்துட்டு என்ன நஹி... இத்தை எடுத்துண்டு வந்துட்டியா... ஜானகி எதிர்ல இதை வேற மறைச்சாகணும்... இதை

எப்படி மறைக்கறது... நான் வேணா இது பின்னாடி மறைஞ்சுக்கலாம்...

ரங்க : என்ன...?

மாது : ஒண்ணுமில்லை...

ரங்க : வாங்கிக்கங்க... காரியரை...

மாது : குடு... (வாங்கிக் கொள்ள...)

ரங்க : போயிட்டு வரேன்னு சொல்லுங்க.

மாது : போயிட்டு வரேம்மா...

ரங்க : ஆசையா சொல்லுங்க...

மாது : மைதிலி, Border ஐ தாண்டி வந்து military பேஜார் பண்ணறார்...

மைதிலி : அண்ணா, புருஷன், பொண்டாட்டி ஏதோ பேசிக் கறாங்க... நீ ஏன் குறுக்கப் பேசற...

மாது : அவர் குறுக்க இல்லீங்க... நெடுக்க... குஷ்மா... நான் வரேன்... (கன்னத்தில் தட்டுகிறான்)... என்னடா கன்னம் சொர சொரன்னு இருக்குது...

சீனு : ஷேவ் பண்ணி 2 நாளாச்சு வாத்யாரே...

மாது : பண்ணித் தொலைக்கறது தானே...

சீனு : எனக்கு self shaving பண்ண வராது வாத்யாரே... கை நடுங்கும்... சலூனுக்கு போய்த்தான் பண்ணிப் பேன்...

மாது : சோபாலால்... அந்த கன்னியப்பனை பண்ணி விடச் சொல்றதுதானே...

சீனு : அவன் கத்திக்குத்து கன்னியப்பன் வாத்யார்... கடன் வேற திருப்பித்தரலை... அவன் கைல shave பண்ணிகிட்டா, கைல உள்ள கத்திய கன்னத்துக்குக் கீழ, கழுத்துல வச்சுருவான்... டிபன் வாங்கித் தந்துட்டு, நீயே shaveம் பண்ணி வுட்டுட்டு, ஆபீசுக்குப் போ...

மாது : எல்லாரும் shave பண்ணிண்டு office போவாங்க. நான் shave பண்ணிவுட்டுட்டு போறேன்... கர்மம்... (ஆசையாக) நான் வரேன்...

மைதிலி : தங்கைக்குப் பூ வாங்கித் தரேன்னீங்க... பொண் டாட்டிக்கு என்ன வேணும்னு கேக்கலையா? போங்க... பக்கத்துல போய் கேளுங்க...

மாது : பக்கத்துலதான் போக முடியலை... கப்பு...

மைதிலி : என்ன...?

மாது : ஒண்ணுமில்லை... (பக்கத்துல போய்... உரக்க...) குஷ்மாதேவி, சாயங்காலம் வரச்சே உனக்கு என்னம்மா வாங்கிண்டு வரணும்...

சீனு : 4 பாக்கெட் சிகரெட்...

மாது : குஷ்மாதேவி...

சீனு : ரூம்ல தனியா போரடிக்குது... தம்மான அடிச் சிக்கினு இருப்பேன்.. பாதி பாக்கெட்தான் இருக்கு... சாயங்காலம் வரை போதும்... (புடவை பாக்கெட் டில் எடுக்க...)

மாது : இதுக்காக புடவை பாக்கெட் தச்சிருக்கியா? கஷ் டம்டா... அப்ப நான் வரேன்... குஷ்ண்... உள்ள போ...

சீனு : நஹி... (உள்ளே போக...)

மாது : ஒரு வாட்டிகூட அந்த நஹியை சரியா use படுத்தல.

மைதிலி : மாது, wife என்ன கேட்டா...

மாது : பர்கிளி 1 முழம்...

ரங்க : பர்கிளியா?

மாது : அது ஒரு கிளிங்க... பச்சைக்கிளி மாதிரி பர்கிளி... குஜராத்துல குஷ்மா வளக்குமாம்... அதை வாங்கி யாரச் சொன்னா... வீட்ல வளக்க...

மைதிலி : அப்ப கார்ல வர்றீங்க இல்லை?

மாது : இல்ல, ஜானகி எங்கயோ கோவிலுக்குப் போகணு மாம்... போயிட்டு வரேன்... இன்னிக்கு office 1 hour பர்மிஷன்ங்க. மானேஜர் கிட்ட சொல்லிடுங்க...

மைதிலி : Don't worry. இதெல்லாம் நான் பாத்துக்கறேன்...

மாது : உங்களால வசதியா இருக்கறது இந்த office விஷயம் ஒண்ணுதான்... என்ன மிலிடெரி நீங்க எங்க...

ரங்க : வீட்டுல இருக்கப் போரடிக்குது... இந்த 10,15 நாள்ல மெட்ராசை சுத்தி பாக்கலாம்னு...

மாது : அதுக்கெதுக்கு 10,15 நாள் உங்களுக்கு இருக்கற உசரத்துக்கு கொஞ்சம் மேடான எடத்துல நின்னு ஒரு தடவை சுத்திப் பாத்தீங்கன்னா... மெட்ராஸ் பூரா தெரியுமே... இந்த ஏரோப்ளேன் இடிக்காம இருக்க நீங்க கூட தலைல ஒரு சிகப்பு பல்ப் மாட்டிக்கலாம்...

ரங்க : (சிரித்து) அப்ப நாங்க வரோம்...

(ஜானகி டிபன் பாக்சுடன் வந்து...)

ஜானகி : இந்தாங்கோ டிபன் பாக்ஸ்... என்னது இது... காரியர்...

மாது : மைதிலியோடது... ஆபீஸ் வரச்சே... என்னை எடுத்துக்கிட்டு வரச் சொன்னா...

ஜானகி : என்ன அநியாயமாயிருக்கே? அவளோட காரியரை தூக்கிண்டு போக, நீங்க என்ன அவளோட வேலைக் காரனா... இங்க வச்சுடுங்க... நான் பேசிக்கறேன்...

மாது : அய்யய்யோ... நீ அவ கூட பேசாத... தோ பார். மைதிலி யாரு? என்னோட ஆடிட்டர்... அவ நெனச்சா என் வேலை பூடும்... என் காரியரே இப்ப இந்த காரியர்லதான் இருக்கு...

ஜானகி : ஒத்திக்கு எதுக்கு இவ்வளவு பெரிய காரியர்...

மாது : நான் சொன்னேன் இல்லையா... மைதிலிக்கு ஹிஸ்டீரியா உண்டுன்னு... பேய்தீனி திம்பா... டயத்துல அவ அண்ணன் மிலிடெரியும் வருவான். அவனுக்கு முதுகுல problemமாம். அவன் குனியாம அப்படியே எடுத்துச் சாப்பிட வசதியா, உசரமா வாங்கியிருக்காங்க... நீ கிளம்பு கோயிலுக்கு...

ஜானகி : இல்லை, நீங்க போங்க... அண்ணனுக்கு டாக்டர் ஏதோ தூக்கமாத்திரை தந்துருக்கார்... அவரை எழுப்பி தந்துட்டு வரேன்...

மாது : தூங்கறவரை எழுப்பி தூக்க மாத்திரையா? Medical science improve ஆயிடுத்து... தோ பார், கொடுக் கறச்சே... ரெண்டு மாத்திரையா குடு... வெட்டியாத் தானே இருக்கார்... நல்லா தூங்கட்டும்... அவர் தூங்கினதால ஒண்ணும் விலைவாசி ஏறிடப் போறதில்லை... நான் வரேன்... (exit) (ராமானுஜம் வந்து...)

ராமா : மாப்பிள்ளை போயாச்சா...

ஜானகி : போயாச்சு...

ராமா : சரி... நீயும் கிளம்பு...

ஜானகி : அண்ணா, என்னண்ணாது? உனக்கு Love பண்ண போயும் போயும் இந்த குஷ்மாதேவி தானா கிடச்சா... please வேணாம்...

ராமா : உனக்கும் மாப்பிள்ளைக்கும் Loveஐ பத்தி ஒரு எழவும் தெரியாது - என்னோட பர்சனல் விஷயத் துல தலையிடாதே...

ஜானகி : யோசிச்சுப்பாரு... குஷ்மாதேவி வேற ஜாதி, வேற பாஷை, சரிப்பட்டு வருமா...

ராமா : Loveக்கு ஜாதி,மதம், பாஷைலாம் கிடையாது... தேவையுமில்லை... Love பண்ண தேவை; ஒரு ஆண், ஒரு பெண்... That's all, நான் பொம்பள, அவ ஆம்பள... சீ... உளர்றேனே... நான் ஆம்பிளை... அவ பொம்பளை...

ஜானகி : நீ உளறினதுதான் கரெக்ட்... அவ பாதி ஆம்பிளை, மொட்டை மாடிலேர்ந்து குதிச்சா... என் கண்ணால பாத்தேன்...

ராமா : நல்லதா போச்சு... என்னை Love பண்ற பட்சத்துல, எனக்காக அப்ப உசிரையும் தருவோ இல்லியா...?

ஜானகி : அண்ணா please...

ராமா : No. என் மனசை கலைக்காத. I love her... அவகிட்ட I love youன்னு சொல்லத்தான் போறேன், நீ போ...

ஜானகி : அப்புறம் உன் தலையெழுத்து, எக்கேடு கெட்டுப் போ... மொதல்ல உள்ள போயிட்டு 10 நிமிஷம்

கழிச்சு வா... போன உன் மாப்பிள்ளை... திரும்பி வந்துடப் போறார்... நான் போயிட்டு ரெண்டு மணி நேரத்துல வந்துடறேன். (exit)

ராமா : Take your own time... இன்னிக்கு விடறதா இல்லை, குஷ்மாதேவி கால்ல விழுந்தாவது கேட்டுடப் போறேன், என்னை love பண்ணுன்னு... (exit)

(மாது entry with காரியர்)

மாது : (சீனு portionஐ பார்த்து) சீனு வா...வாடா... டிபன், சாப்பாடு எல்லாம் ரெடி...

சீனு : (வந்து) பயங்கர பசி...

மாது : கொட்டிக்கோ...

சீனு : Shave பண்ணிகிட்டு சாப்பிடறேனே... இன்னும் நல்லா பசி எடுக்கும்...

மாது : இன்னும் அது வேற இருக்கா... ஒரு நிமிஷம், நான் soap, brushலாம் கொண்டு வந்துடறேன்...

சீனு : சிகரெட் புடிக்கலாமா...?

மாது : வீட்ல யாரும் இல்லை. Enjoy.

(exit)

(சீனு 'தம்' பத்த வைக்க, மாது Soap, brush சகிதம் entry)

மாது : முகத்தை காட்டு... கர்மம் தொழிலையே மாத்திட்டி யேடா... (Soap தடவுகிறான்)

சீனு : டக்கரா soap தடவறியே...

மாது : வுட்டா விக்கை எடுத்துட்டு, கையோட கையா, கிராப், கட்டிங் பண்ணிவுடும்பியே... மேகம் மாதிரி, புகை விடாதேடா... வீட்டுக்குள்ளேயே அப்புறம் மழை பெய்யப் போவுது... (கத்தியை வைக்க)

சீனு : இழுக்க இழுக்க இன்பம் இறுதி வரை...

மாது : அசையாதே, கத்தியை ஒரேடியா இழுத்துடுவேன்... அப்புறம் இன்பம் இல்லை, துன்பம்... கத்தி வேணாம்... சரியா வரலை... நான் போய் ரேஸர் எடுத்துண்டு வரேன்.

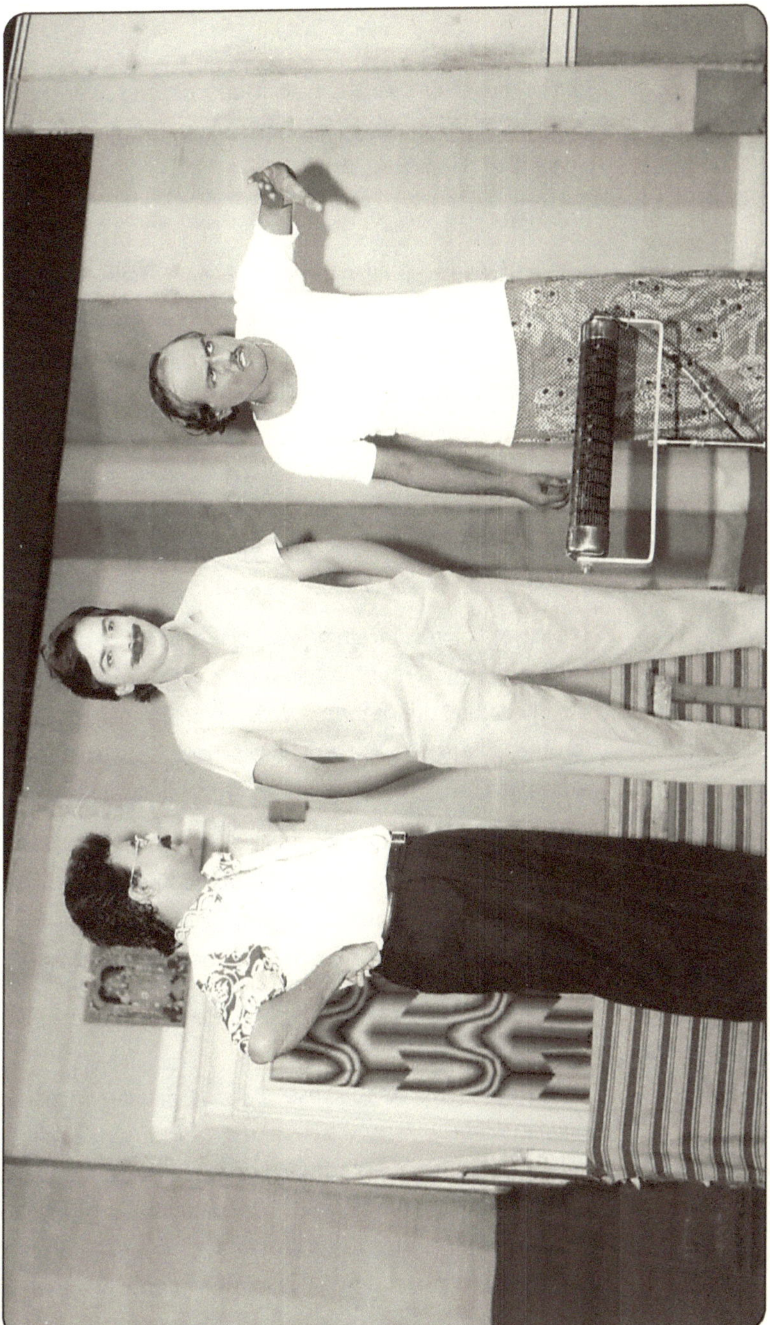

(உள்ளே EXIT)

(ராமானுஜம் படுஸ்டைலாக modern dressல entry... அவருக்கு முதுகைக் காட்டியவாறு, குஷ்மாதேவி முகத்தில் சோப்புடன்)

(ராமானுஜம் வந்து தொண்டையை கனைக்கிறார்)

சீனு : இன்னா வாத்யாரே... ரேஸர் சுகுரா கீதா...

ராமா : (ஒரு tranceல்) இன்னா வாத்யாரே... ரேஸர் சுகுரா கீதா... அடாடா... Hindiன்னா இதுதான் Hindi... Wonderful language... அதுவும் குஷ்மாஜி நீ இப்ப, 'ரேஸர் சுகுராகீதா'னுயே, அப்படியே ஷர்மிளா டாகூர் பேசற மாதிரியே இருக்கு... எனக்கு இந்தி வராதும்மா... அதனால friendகிட்ட கேட்டு, உனக்கு புரியறதுக்காக எழுதி வச்சுருக்கேன். என் காதலை படிச்சுடறேன், கேளு...

குஷ்மாஜி, மை ராமானுஜம் ஆயா ஹூ. குஷ்மாஜி மை தும்ஹே ப்யார் கர்தாஹூ. ஆப் முஜே ப்யார் கர்தா ஹை? குஷ்மாஜி டர்னா மத்... போலோ, இஸ் துனியா மே கோயீ பிசக்தி ஹமே அலக் நஹீ கர் சக்தா ஹை! தலைமேல அடிச்சு சத்யஹை...

என்ன குஷ்மா? புகை வரது? எம் பேர்ல உள்ள காதல் விரக தாபத்துல பெருமூச்சா புகையை விடறியா... Go ahead... இரு, இன்னும் இருக்கு. பேப்பரை எங்க வச்சேன்... (பாக்கெட்டில் தேட)

(மாது ராமானுஜத்தை பார்க்காமல் இருவருக்கும் இடையே வந்து)

மாது : சேச்சே சே... என் மச்சான் சுத்த அறுவை, மனசுல பெரிய மன்மதன்னு நெனைப்பு... டெய்லி ரெண்டு தடவை Shave... Bladeடே கிடைக்கலை... பேர் வப்பான் 7o' clockனு... அதுக்காக கார்த்தால 7மணி, சாயங்காலம் 7 மணிக்கு ஒத்தன் Shave பண்ணிப்பானா...? கபோதிப் பய... அவன் பண்ணிக்கற ஷேவுக்கு கன்னம் போய், கடவாய் பல் தெரியப்போறது... திரும்பேண்டா...

சீனு : நஹி...

மாது : நீதானே பண்ணி விடுன்னு சொன்னே... இப்ப நஹின்னா என்ன அர்த்தம்?

சீனு : (திரும்பி) மச்சான் ஹை... மச்சான் ஹை...

ராமா : ஆ... கிடச்சுடுத்து. குஷ்மாஜி, குஷ்மாஜி...

தும்... அமராவதி

மை... அம்பிகாபதி

தும்... லைலா

மை... மஜ்னு

தும்... ஜூலியட்

மை... ரோமியோ

புரிஞ்சிருக்கும்னு நெனைக்கறேன்... இதான் முக்யம் குஷ்மா...

போலோ குஷ்மாஜி போலோ...மை தும்ஹே ப்யார் கர்த்தி ஹூ... போலோ I love you போலோ...

மாது : T.V. on பண்ணியா..... National Network Hindi படம் போலருக்கு... தமிழ் வேற வர்றது... தமிழ்ல சாதாரணமா subtitle போடத்தானே செய்வாங்க... இன்னிக்கென்ன பேசியே காட்டறாங்க...

சீனு : மச்சான் ஹை...

மாது : அய்யோ மச்சான், நீங்க இங்க இருக்கீங்களா...?

ராமா : மாப்பிள்ளை... நீங்களா... குஷ்மாதேவி...என்ன கண்றாவி இது,முகத்துல Shaving Cream...

மாது : மச்சான், இது shaving cream இல்லை, வீக்கோ டர்மரிக், ஆயுர்வேத க்ரீம்-அழகுக்காக போட்டுக்கறா.

ராமா : குஷ்மாதேவி... நீயே அழகு... அழகுக்கு அழகா... வேணாம் உனக்கு. இதெல்லாம்... அதெல்லாம் சுமாரா இருக்கற பொம்பளைங்களுக்கு... நீ பொம்பளையே இல்லை... தேவதை... ம்...ஆங்கிள்.....

மாது : ஆங்கிள் இல்லை மச்சான், ஏஞ்சல், பேசறச்சே

கூட Spelling Mistake ஆ... ஜுர வேகத்துல உளர்றாரோ...?

ராமா : (சீனு சிகரெட் பிடிப்பதைப் பார்த்து) குஷ்மாதேவி, என்னது சிகரெட் பிடிக்கற... ஏன் சிகரேட்... ஏன் போலோ... குஷ்மா க்யோ சிகரெட், க்யோ... போலோ... போலோ...

மாது : என்னது போலோ விட்டல்... போலோ ஹரி... போலோ ராதான்னு மார்கழி மாச பஜனை பாடறார்... மச்சான்.....

ராமா : மாப்பிள்ளை என்னது இது... குஷ்மாதேவி வெள்ளைக்காரி மாதிரி சிகரெட் பிடிக்கறா...?

மாது : மச்சான் பாவம்... Heart problem டாக்டர்ங்க 10 நாளோ, 15 நாளோன்னு சொல்லிட்டாங்க. அந்த வருத்தத்துல சிகரெட்டா ஊதித் தள்ளறா...

ராமா : 10 நாளோ, 15 நாளோ, நான் உன்னைச் சாக விட மாட்டேன் குஷ்மாஜி...

மாது : மச்சான், கூலா இருங்க...

ராமா : மாப்பிள்ளை, என்னோட ஆத்மார்த்தமான லவ்வை குஷ்மாஜிகிட்ட சொல்றீங்களா?

மாது : சத்தியமா சொல்றேன்... But நீங்க எனக்கு ஒரு சத்தியம் பண்ணணும்...

ராமா : சொல்லுங்க...

மாது : இப்ப பாத்ததை யார் கிட்டயும் சொல்லக் கூடாது... குஷ்மாதேவி முகத்துல Soap தடவிண்டது...

ராமா : Soapஆ? Creamனீங்களே...

மாது : நீங்க சொல்லப் போறதில்லை... எதுவா இருந்தா என்ன... அப்புறம் சிகரெட் பிடிச்சது... இதையெல்லாம் ஜானகி, மைதிலி கிட்ட சொல்லக் கூடாது.

ராமா : சொல்ல மாட்டேன்... சத்தியமா சொல்ல மாட்டேன்... இதெல்லாம் purely between Myself and My குஷ்மா... சொல்லுங்க... என் loveவை

சொல்லுங்க... போலோ...

மாது : போலறேன்... குஷ்மாதேவி... மச்சான் இராமானுஜம், தும்ஹே ப்யார் கர்த்தாஹை...

சீனு : நஹி... (உள்ளே ஓடுகிறான்)

ராமா : மாப்பிள்ளை... நஹின்னா...

மாது : நஹின்னா... காதலின்னு அர்த்தம்...கேட்டேன். நீ மச்சானோட காதலியான்னேன்... ஆமாம். காதலிங்கறதை நஹின்னுட்டுப் போயிட்டா.

ராமா : நஹின்னா காதலியா... அப்ப நான்...

மாது : அவ நஹின்னா... நீங்க நஹன்...

(திரை)

காட்சி 6

மாதுவின் வீடு

மாது : அம்மா தாயே ஜானகி... டிபன் காபியை சட்னு கொண்டு வாம்மா. பசில உசிரே போயிடும் போலருக்கு...

ஜானகி : (டிபன் காபியுடன் வந்து)..... கண்றாவியே...ஏன் இப்படி என்னமோ பிச்சைக்காரன் மாதிரி நடு Hallல நின்னுண்டு கத்தறேள்... இந்தாங்கோ-டிபன் 2 இட்லி வச்சிருக்கேன்... காபி... பாத்து... இட்லி காபி ரெண்டுமே கொதிக்கக் கொதிக்க சூடா இருக்கு... மெள்ள சாப்பிடுங்கோ... நான் வந்து உங்ககிட்ட ஒரு விஷயம் பேசணும். (exit)...

(குஷ்மாதேவி வேடத்தில் சீனு வந்து... சிகரெட் பிடித்தபடி)

சீனு : வாத்யாரே... டிபன் காபி ரெடியா... (சீனு கையில் தட்டு, டம்ளர்)

மாது : டிபன், காபி வந்தா, திருக்கழுக்குன்றம் கழுகு மாதிரி உனக்கு மூக்குல வேர்த்துடுமே...

சட்னு தட்டு, டம்ளரை காட்டு... ஜானகி வந்துடப் போறா... பாவம், ஜானகி எனக்கு டிபன் தந்தா... அதை நீ சாப்பிடற... இதைத்தான் பிச்சையெடுத்த தாம் பெருமாளு அதைப் பிடுங்கித் தின்னுத்தாம் அனுமாரும்பாங்க...

(சீனு தட்டைக் காட்ட, மாது தட்டில் போட்டு... காபி ஊற்றியபடியே)

உன் தலையெழுத்து... பாத்தியா-... வூட்டுக்குள்ளயே ஜெயில் கைதி மாதிரி... சோத்துத் தட்டை தூக்கிக்கினு ஓடவேண்டியிருக்கு...

சீனு : சோத்துக்கின்ன உடனேதான் ஞாபகம் வரது... டிபன் காபி ஆச்சு... சாப்பாடு எப்படித் தரப்போற...

மாது : மொட்டை மாடில நில்லு... ஹெலிகாப்டர்ல வந்து உணவுப்பொட்டலம் போடறேன்... மொதல்ல இதை முடிடா...

சீனு : டெய்லி டிபன் தரச்சொல்ல... உன் wifeஐ தட்டுல அப்படியே ரெண்டு பாக்கெட் சிகரெட் வச்சு தர சொல்லு வாத்யாரே...

மாது : (சீனு சிகரெட் புகை விடுவதைப் பார்த்து...) சிகரெட்டா... போற ரேட்டுல பீர் விஸ்கிலாம் கேப்ப போலருக்கு... நான் என்ன உன் room boyயா? சிகரெட் புடிக்காதடா.(புகையை தள்ள முயற்சித்து) எழவு... ஒரே புகை... ஜானகி பாத்தா... அப்புறம் நீ அடிச்ச தம்முக்கு... நான் கெட்ட பேர் வாங்கணும்... போடா... (சீனு exit)

ஜானகி : (வந்து) என்னது அதுக்குள்ள சாப்பிட்டுட்டேளா...

மாது : பசி வந்தா பத்தும் பறந்து போகும்பாங்க. நீ வச்சது பத்து இல்லயே... ரெண்டு இட்லிதானே... அதான்...

ஜானகி : எப்படி சாப்பிட்டேள்? இட்லியும் காபியும் சுடச்சுட ஆவி பறக்கன்னா இருந்தது... என்ன புகையா இருக்கு...

மாது : ஆவி இன்னும் பறந்துண்டுருக்கு, சுடச்சுட காபியை குடிச்சதுல, வாய்லேர்ந்து புகையா வந்தது.

ஜானகி : சிகரெட் வாசனை வருது...

மாது : கரெக்ட், சிகரெட் வாசனை தான். காபி, சிகரெட் ரெண்டுத்துலையும் நிகோடின் இருக்கு இல்லையா? அதான் காபி ஆவியாகி சிகரெட் வாசனை வருது... என்ன கைல பார்சல்?

ஜானகி : அதைச் சொல்லத்தான் வந்தேன்... இன்னிக்கு வெள்ளிக்கிழமை, நல்ல நாள்..... கௌரி விரதம் இருந்தேன்...

மாது : கௌரியோட விரதத்தை நீ ஏன் இருக்கணும்... கௌரிதானே இருக்கணும்?

ஜானகி : அய்யோ கேளுங்களேன்.

மாது : சரி... சொல்லு...

ஜானகி : வெள்ளிக்கிழமை... நல்ல நாள்... கௌரி விரதம் வேற... இன்னிக்கு ஒரு கல்யாணமாகாத கன்னிப் பெண்ணுக்கு பட்டுப்புடவை, குங்குமம், மஞ்சள் தந்தா விசேஷமாம்... (பார்சலை காட்டி)... அதான் பட்டுப்புடவை. இதோ குங்குமம்...

மாது : இப்ப என்ன கல்யாணமாகாத கன்னிப் பொண்ணைத் தேடிண்டு, ரத யாத்திரை மாதிரி, விரத யாத்திரை போகப் போறியா?

ஜானகி : கன்னிப் பெண்ணைத் தேடிண்டு, நான் ஏன் வீடு வீடாப் போகணும்... அதான் நம்ம வீட்டுலேயே இருக்காளே...

மாது : நம்ம வீட்டுல ஏது கன்னிப்பொண்ணு? ஓ, மைதிலி கல்யாணமாகாம இருக்காளே... அவளைச் சொன்னியா...

ஜானகி : அவளுக்கு எதுக்கு நான் பட்டுப்புடவை தரணும்... அவதான் ஆடிட்டராச்சே... பணக்காரி... அவளே வாங்கிப்பா...

மாது : வேற ஏது நம்ம வீட்டுல கன்னிப் பொண்ணு ஜானகி? நீ வேற தனியா யாரையான குடிவச்சிருக்கியா...?

ஜானகி : அய்யோ... குஷ்மாதேவி கன்னிப் பொண்ணு இல்லையா?

மாது : குஷ்மாதேவியா, அவ பொண்ணே இல்லை. அப்புறம் என்ன கன்னிப்பொண்ணு...

ஜானகி : என்ன (ஆச்சரியத்துடன்)...

மாது : அப்படீன்னு நீதானே சொல்லுவே. நீதானே சொன்னே அன்னிக்கு- குஷ்மாதேவி பொம்பளையே இல்லை, மொட்டை மாடிலேந்து குதிக்கறா, மரத்துல ஏர்றா... மதில் சுவரை தாண்டறான்னு... உனக்கும் அவளுக்கும்தான் ஒத்தே போகாதே...

ஜானகி : எனக்கும் அவளுக்கும் ஒத்துப்போறதோ இல்லை ஒத்துப்போலியோ... அவ கன்னிப் பொண்ணு... அதை ஒத்துண்டுதானே ஆகணும்...

மாது : ஆமாம். ஒத்துண்டுதான் ஆகணும்... பட்ட கஷ்டத்துக்குப் பலன் வேண்டாமா...?

ஜானகி : அவளைக் கூப்பிடுங்கோ... பட்டுப்புடவையை அவளுக்கு தந்துட்டு... நான் கோயிலுக்கு வேற போயாகணும்.

மாது : கன்னிப் பொண் குஷ்மா தேவி... இதர் ஆவோன் னா... (சீனு 'தம்'முடன் வர...)

சீனு : ('தம்' மோடு வந்தவன், ஜானகியை பார்த்து விட்டு, தம்மைக் கீழே போட்டு தேய்த்து விட்டு) தம்... தம்...தம்மு...

ஜானகி : என்ன தம் தம்முங்கறீங்க...

மாது : கூப்பிட்டவுடனேயே தடதடன்னு ஓடிவந்துட்டா... Heart patient வேற... அதான் பாவம்... தம்மு வாங்குது... அந்த 'தம்'...

ஜானகி : இந்தாம்மா பட்டுப்புடவை...உம்முனு வச்சிக்காத... சிரிச்ச மூஞ்சியோட வாங்கிக்க... (சீனு வாய் திறந்து சிரிக்க, புகை வருகிறது.)என்ன... அவ வாய்லேந்து புகை வரது?

மாது : என்னம்மா... குஷ்மாதேவி... நீயும் என்னை மாதிரி சூடா டிபன் சாப்பிட்டியா...?

சீனு : நஹி...

மாது : பாத்தியா! ஆமாங்கறான்... அதான் புகை...

குஷ்மாதேவி... இன்னிக்கு வெள்ளிக்கிழமை... கௌரிவிரதம்... சுக்ரவார் ஹை... பகவான் கி கௌரி பிரார்த்தனா. பட்டுப்புடவை ஹை... thousand rupees... குஷ்மாதேவி... தும்கோ பயங்கர வாழ்வு ஹை...

ஜானகி : அவளே பேசாம இருக்கச்சே... நீங்க ஏன் பேசறேள்?

மாது : அவ பேசமாட்டா... பேசினா கொலை விழும்...

ஜானகி : என்ன...

மாது : இவ பேசினா, தமிழைக் கொலை பண்ணுவா. நீ கொடு...

ஜானகி : இந்தாம்மா... பட்டுப்புடவை...

சீனு : நஹி... நஹி... (Thanks Thanks என்ற பாவத்தில் சொல்கிறாள்)

ஜானகி : என்ன எல்லாத்துக்கும் 'நஹி'ங்கறா?

மாது : தெரிஞ்சதை சொல்றா. இந்தில 'நஹி'யை எதுக்கும் useபடுத்தலாம். நம்ப தமிழ்ல கொன்னுட் டான்ங்கறதை எதுக்கும் சொல்றோம் இல்லியா... சினிமா நல்லா இருந்தா... படம் TOP கொன் னுட்டான்... திராபையா இருந்தா... அறுவை... கொன்னுட்டான்... அப்படின்னு சொல்றோம் இல்லியா... அதுமாதிரி... நஹி... நீ போம்மா... குஷ்மா...

ஜானகி : ஒரு நிமிஷம் இரும்மா... நான் கொடுத்த புட வையை இன்னிக்கு கட்டிக்கோ... என்ன... (குங்குமச் சிமிழை நீட்டி)... நல்ல நாள்... இந்தா... சீனு குங்குமத்தை எடுத்து வாயில் போட்டுக் கொள்ள) என்ன குங்குமத்தை நெத்தில இட்டுக்கச் சொன்னா... வாய்ல போட்டுக்கறா?

மாது : எழவு... நீயான தரச்சே, குங்குமம்னு நெத்தில இட்டுக்கோன்னு சொல்லித் தர வேண்டியது தானே... அவதான் பேசக்கூடாது. நீயுமா... குஷ்மா... குங்குமம், சிந்தூர் ஹை... பகவான்கா புண்ய ஆசீர்வாதம் ஹை... மகாபாரதம் பாத்ததுல சமயத்துக்கு ஏதோ கொஞ்சம் வரது...

(நெத்தியில் விபூதிபோல சீனு இட்டுக் கொள்ள)

ஜானகி : என்னன்னா... விபூதி மாதிரி பட்டையா இட்டுக் கறா...?

மாது : குஜராத்தி பழக்கமா இருக்கும்... கேக்கறேன். குஷ்மாஜி குஜராத்தி சம்பிரதாயமே குங்குமம் சிந்தூர் sideways இட்டுக்கறது,ஹை...?

சீனு : ஆ... நஹி...

மாது : பாத்தியா... ஆமாம்கறா... என்ன... (சீனு ஜானகியை நமஸ்காரம் பண்ண வர...) அய்யய்யோ... நமஸ்காரம்லாம் வேணாம். விட்டா over act பண்ணறியே... ஜானகி உன்னை விட வயசுல சின்னவ...

ஜானகி : உங்களுக்கு எப்படித் தெரியும்?

மாது : ஒரு யூகம்தான். அவளை விட பாக்க youngஆ... சின்னவளா... இருக்கியே...

ஜானகி : ஓ அதுக்காக சொன்னேனா... (ஜானகி exit) (மாது தன் portionக்குப் போகும் சமயம்... மைதிலி வந்து...)

மைதிலி : மாது...

மாது : Hello... மைதிலி... குட்மார்னிங்...

மைதிலி : Good morning - ஒரு நிமிஷம் இப்படி வர்றீங்களா?

மாது : என்ன...?

மைதிலி : ஒண்ணுமில்லை. இன்னிக்கு வெள்ளிக்கிழமை... நல்ல நாள்... நான் இன்னிக்கு கௌரிவிரதம் இருக்கேன்...

மாது : நீங்களும் கௌரி விரதமா?

மைதிலி : ஆமாம்... நல்ல நாளுமா அதுவுமா... இன்னிக்கு...

மாது : சிரமப்படாதீங்க. நீங்க சொல்ல வந்ததை நான் சொல்றேன். (அவள் கையில் உள்ள பார்சலை காட்டி...) பட்டுப்புடவை... குஷ்மாதேவிக்கு தரப் போறீங்க...

மைதிலி : எப்படி கரெக்டா சொன்னீங்க?

மாது : குஷ்மா தேவிக்கு இப்ப சுக்ர தசைங்க... இப்பதான் அவளுக்கு தமிழக அரசு லாட்டரி குலுக்கல்ல ஒரு பட்டுப்புடவை விழுந்துச்சு... உடனே... பாருங்க. நீங்க Delhi lottery பட்டுப் புடவையோட வந்துட்டீங்க... கன்னிப் பெண் குஷ்மாதேவிக்கு இன்னிக்கு டபுள் லாட்டரி.

மைதிலி : கன்னிப் பெண் குஷ்மாதேவியா? மாது... என்னது... நீங்களே குஷ்மாதேவியை கன்னிப்பெண்கறீங்க...

மாது : சத்தியமாங்க. குஷ்மாதேவி கன்னிப்பொண்தான்... சந்தேகப்படாம ஒத்துக்குங்க. இதே மாதிரி கௌரி விரதத்துக்கு பட்டுப்புடவை தரச்சே, என் அண்ணா வோட தங்கை ஜானகி கூட ஒத்துண்டாளே...

ஜானகி : ஒத்துண்டாளா...

மாது : ம்... கேட்டேனே ஜானகிகிட்ட கன்னிப் பொண் ணான்னு... ஆமாம்னு சொன்னாங்க...

மைதிலி : ஜானகிய கேட்டா ஆமாம்னுதான் சொல்லுவா. ஏன்னா ஜானகி கன்னிப் பெண். ஆனா குஷ்மாதேவி கன்னிப்பெண் இல்லையே...

மாது : என்னங்க...குழப்பறீங்க... பட்டுப்புடவை தராட்டி கூட பரவாயில்லை... குழப்பாதீங்க...

மைதிலி : குஷ்மாதேவி... சுமங்கலி...

மாது : சுமங்கலி கரெக்ட். அப்படி ஒண்ணு இருக்கு இல்லை... மறந்தே போயிட்டேன்...

மைதிலி : உங்க தங்கை ஜானகி மாதிரி கல்யாணமாகாத பொண்ணுதான் கன்னிப் பொண்ணு... கல்யாணமானவ சுமங்கலி - குஷ்மாதேவி மாதிரி...

மாது : அப்ப சுமங்கலினாலும் பொண்ணுதான்... பொம் பளைதான் இல்லையா...? அதான் எனக்கு வேணும்... அப்ப குஷ்மாதேவி சுமங்கலியாவே இருந்துட்டுப் போகட்டுங்க...

மைதிலி : அவ எப்பவும் தீர்க்க சுமங்கலியாவே இருக்கணும்

கறதுக்குத்தான், அவளுக்கு பட்டுப்புடவையும் குங்குமமும் தரப்போறேன்...

மாது : தீர்க்க சுமங்கலியா... புதுசுபுதுசா சேத்துண்டே போறீங்க...

மைதிலி : குஷ்மாதேவியைக் கூப்பிடுங்க... கௌரி விரதத்தும் போது ஒரு சுமங்கலிக்கு பட்டுப் புடவை நான் தர்றது வழக்கம்...

மாது : நீங்க சுமங்கலிகளுக்குத் தருவீங்களா? கௌரி விரதத்தை நீங்க வேற syllabusல கொண்டாடறீங்க போலருக்கு... ஆளுக்காள் புடவை தர்றீங்க... கௌரிவிரதமா இல்லை குஷ்மாதேவி விரதமா...

மைதிலி : கூப்பிடுங்க...

மாது : சுமங்கலி பெண் குஷ்மாதேவி... இதர் ஆவோன்னா... (சீனு entry) ஆடிட்டர் மைதிலிகா... சுக்ரவார் ஹை... பகவான் கௌரிகா பிரார்த்தனா... மறு ஒலிபரப்பு ஹை... தும்கோ மறுபடி பட்டுப்புடவை donation ஹை... பூலோக்ல தும் பஹூத் அதிர்ஷ்டசாலி ஹை.

மைதிலி : அய்யோ போதும்... அவருக்குத் தெரிஞ்ச ஹிந்தியும் மறந்துடப் போகுது...

மாது : தெரிஞ்சதே கொஞ்சம்தான். நஹி...

மைதிலி : ஏ... saree லோ... (சீனு வாங்கிக்கொள்ள)

மாது : Saree லோன்னா low hip saree...

மைதிலி : இந்தா புடவைன்னு அர்த்தம்...

மாது : கால்ல வீழ்ந்து நமஸ்காரம்... ஆடிட்டர்கா ஆசீர் வாதம்... தும் கோ Peon ஆபீஸ் மே... மானேஜர் ஆடிட்டர் போலோ... மானேஜர் மானேஜர் போலோ... Promotion. clerk ஹை...

மைதிலி : (காலில் சீனு விழ) ஏய்ய், ஏசப் மத் கரோ... Heart Problem கே லியே medicines கா ரஹோஹோ ஹை? தும்மாரா பிதாஜி... சோபாலால் கஹான் ஹை?

சீனு : ம்... ம்... (அழுது விட்டு ஓடுகிறான்.)

மாது : கல்லானாலும் கணவன், புல்லானாலும் புருஷன் மாதிரி... என் Hindi தப்பானாலும் Husband னு குஷ்மா தேவி பொறுத்துக்கறா... நீங்க...Hindiஐ இந்த டெல்லி news மாதிரி தொடர்ச்சியா விடாம பேசறீங்களா, அவளுக்கு அது பேஜாரா இருக்கு போலருக்கு.....

மைதிலி : உங்க wifeஐ புரிச்சுக்கவே முடியலை.

மாது : எல்லாரும் இதையேதான் சொல்றாங்க...

மைதிலி : சரி... நான் கிளம்பறேன், எனக்கு கொஞ்சம் வெளி வேலை இருக்கு...

மாது : உங்கண்ணன் மிலிடெரி எங்க...

மைதிலி : ரூம்லதான் இருக்கறார்... கூப்பிடவா?

(EXIT)

மாது : நஹி... நஹி... disturb பண்ணாதீங்க... (சீனுவிடம்) வாழ்வுடா... கன்னிப் பொண்ணுன்னு ஒருத்தி பட்டுப் புடவை தர்றா... சுமங்கலிப் பொம்பளேன்னு இன்னொருத்தி புடவை தர்றா... போற ரேட்ல நீ பொம்பளையே இல்லேன்னு சொன்னா கூட, பரவாயில்லை pant, shirt தச்சுப் போட்டுக்கங்கன்னு சொல்லிப் பட்டுப்புடவை தருவாங்க போலருக்கு...

சீனு : போ... வாத்யாரே... வெறுப்பேத்தாத. பட்டுப் புடவையை வச்சுக்கினு நான் என்ன பண்றது... தண்டம்...

மாது : பாவி... பட்டுப் புடவையை தண்டம்னு சொல்லாதடா... இதுக்காக பல பொம்பளைங்க ஏழு மாசம், எட்டு மாசம் புருஷன்காரன்கிட்ட கெஞ்சி கூத்தாடி பிடுங்காத குறையா வாங்கிக்கு துங்க. நீ பொம்பளையே இல்லை... ஏழே நிமிஷத்துல 2 பட்டுப் புடவை. கடவுள் உன்னை சோதிக்கறார்... அலட்சியப்படுத்தாத. நாளைக்கு கல்யாணமானவுடனே ஒரு காட்டன் சாரிக்கு

அப்புறம் கடன் வாங்குவே... மைதிலி தந்த புடவையை கட்டிக்க...

சீனு : ஒரு புடவைக்கே வேர்த்து உருகுது...ரெண்டு புடவையும் கட்டிண்டா நான் close...

(சீனு exit) (மாது தன் portion போகும் சமயம் ராமானுஜம் ஒரு பார்சலுடன் வந்து)

மாது : ஹாய்... மச்சான்...

ராமா : மாப்பிள்ளை, உங்களைப் பாக்கத்தான் வந்தேன். கும்பிடப்போன தெய்வம் குறுக்க வந்தா மாதிரி வரீங்க.

மாது : ஒரே வீட்ல இருக்கோம்; நீங்க கும்பிடாட்டியும் நான் குறுக்க வந்ததுதான் ஆகணும்: தெய்வம்... அது... இதுன்னு soap அடிக்காம விஷயத்தைச் சொல்லுங்க...

ராமா : மாப்பிள்ளை... இன்னுக்கு வெள்ளிக்கிழமை, நல்ல நாளா இருக்கு...

மாது : நீங்களும் கௌரிவிரதமா...? என்ன கண்றாவிடா இது?

ராமா : அது இல்ல மாப்பிள்ளை... நல்ல நாளா இருக்கு... என் சார்பா குஷ்மாதேவிக்கு ஒரு அன்பளிப்பு தரப்போறேன்...

மாது : பார்சல்ல என்ன? பட்டுப்புடவையா?

ராமா : இல்லை...

மாது : பின்ன?

ராமா : பத்து பாக்கெட் பர்கிளி சிகரெட்...

மாது : பர்கிளி சிகரெட்டா?

ராமா : குஷ்மாதேவி brand அதுதானே? ஏன் brandஐ மாத்திட்டாளா...

மாது : எதுக்கு மச்சான் இதெல்லாம்?

ராமா : காதல் காணிக்கை...

மாது : சிகரெட் காதல் காணிக்கை இல்லை... ஊதல்

காணிக்கை... மச்சான் 47 வயசுல (வந்து) Love பண்ணா அசிங்கம்...

ராமா : அத அவ சொல்லட்டும்...

மாது : மச்சான், குஷ்மாதேவி ஒரு மாதிரி...

ராமா : நானும் அதே மாதிரி... கூப்பிடு...

மாது : இது எங்க போய் முடியப் போகுதோ?

ராமா : வேற எங்க? எங்க கல்யாணத்துலதான்.

மாது : ஜானகி கன்னிப் பொண்ணுன்னா... மைதிலி சுமங்கலிப் பொண்ணுன்னா... இவருக்கு என்ன உறவு...? தொந்தரவுதான்...

ராமா : வேற என்ன, காதலிதான்...

மாது : காதலி... காதலி... காதலி... குஷ்மாதேவி... இதர் ஆவோன்னா.

(சீனு வெளியே வர) குஷ்மாஜி, சுக்ரவார் ஹை...? பகவான் கா பிரார்த்தனா... 10 பாக்கெட் பர்கிளி சிகரெட் ஹை...? தும் கோ ப்யார் கிழபோல்ட் மச்சான் காணிக்கை ஹை...?

சீனு : (கோபமாக) நஹி...

மாது : அரே குஷ்மாஜி... பர்கிளி சிகரெட் ஹை...

சீனு : (சாந்தமாக) நஹி... நஹி...

மாது : குடுங்க. (ராமானுஜம் கொடுக்க, சீனு வாங்கிக் கொள்ள)

ராமா : மாப்பிள்ளை... நான் சிகரெட் தந்தது... அவளுக்கு சந்தோஷமா? திருப்தியா கேளுங்க...

மாது : தும் கோ-சந்தோஷ் ஹை... சந்தோஷ்... Satisfaction ஹை?

சீனு : நஹி...

மாது : Satisfaction ஆம். கர்மம் சிகரெட்... advertisementல பாத்துருக்கேன்... For man of action satisfaction... இங்கே For woman of action satisfaction ஆ...

இருக்கு...

ராமா : மாப்பிள்ளை, நீங்க எப்படி இப்படி சரளமா Hindi பேசறேள்?

மாது : எல்லாம் நீங்க இருக்கற தைரியம்தான்... உள்ள போகச் சொல்லட்டுமா...?

ராமா : Hindiல சொல்லுங்க.

மாது : (சீனுவை தாண்டிச் சென்று, அவளைப் பார்த்து) இதர் ஆவோன்னா... இன்னும் இதர் ஆவோன்னா... என்னைத் தாண்டி உள்ள இதர் ஆவோன்னா... எப்படி...

(சீனு போகிறான்)...

ராமா : ஹிந்தில புல்லரிக்குது. மாப்பிள்ளை நான் தந்த சிகரெட் பார்சலை அவ வாங்கிண்டா என்ன அர்த்தம்?

மாது : 47 வயசுல அர்த்தமே கிடையாது. எல்லாம் அனர்த்தம்தான்...

ராமா : எம்பேர்ல அவளுக்கு ஆசை இருக்கு...

மாது : அய்யோ... அவளுக்கு ஆசை உங்க பேர்ல இல்லை-சிகரெட் பேர்ல...

ராமா : தோ... பாத்தீங்களா... டேப்ரிகார்டர்... எனக்கு Hindi பேச வராது... பேச்சால தெரிவிக்க முடியாத என் காதலை பாட்டால் வெளிப்படுத்தப் போறேன்...

மாது : மச்சான்... குஷ்மாதேவி வேற சாதி மச்சான். அவளை நீ கல்யாணம் பண்ணிக்கறது தப்பு...

ராமா : நம்ம ஜாதில பொண்ணு பாத்துத்தான் எனக்கு 47 வயசாயிடுத்தே... கல்யாணமே ஆகாம... இப்படி வாழாவெட்டியா நிக்கிறதை விட வேத்து ஜாதியா இருந்தாலும் என்னைக் கேட்டா குஷ்மாதேவியை கல்யாணம் பண்ணிக்கறது எவ்வளவோ மேல்...

மாது : குஷ்மாதேவி எவ்வளவோ மேல்-ஆ! குஷ்மா தேவியே ஒரு மேல் தான் மச்சான்... female இல்லை...

ராமா : என் காதுல இப்ப எதுவும் விழாது. நானும் அவளும் சின்னஞ்சிறுசுங்க - அப்படி இப்படி இருப்போம். கல்யாணமான கிழம் நீங்க கண்டுக்காதீங்க...

(ராமானுஜம் exit)

மாது : அடப்பாவி... மச்சான், நான் கிழம்னா நீ போய் புல்லு முளைச்சாச்சுடா. என்ன பண்ணப் போறான்-...

ராமா(குரல்) : குஷ்மாஜி, நான் உனக்குக் கொடுத்த 10 பாக்கெட் பர்கிளி சிகரெட்டை உடனுக்குடன் வாங்கிண்டு, மறுபரிசீலனை கூட செய்யாம, அங்கீகரிச்சு, ஆவன செய்தமைக்கு, நன்றிம்மா...?

மாது : மறுபரிசீலனை, அங்கீகரிச்சு, ஆவன, மச்சான் என்ன கார்ப்பரேஷனுக்கு வீடு பட்டா கேட்டு, மனு போட்டா மாதிரினா பேசறார்...

சீனு(குரல்) : நஹி... நஹி...

ராமா : அந்த ஒரு வார்த்தையையே சொல்லி என்ன ஏமாத்தாத! பேசு குஷ்மா 'தம்' அப்புறம் அடிச்சுக் கலாம்... Hindi புரியாட்டியும் பரவாயில்லை. பச்சைத் தமிழன் கேக்கறேன்... உன்னோட கொச்சைத் தமிழை கேக்க இச்சையாயிருக்கு... அச்சப்படாமல்... ரெண்டு வார்த்தை பிச்சை போடு... குஷ்மா-

மாது : என்ன இவன் தச்சு புச்சுன்னு எச்சவுடறான்...

ராமா(குரல்) : குஷ்மாஜி, உன்னோட கூந்தல் எப்படி இப்படி விளம்பரத்துல வரமாதிரி வழவழன்னு இருக்கு... ஆஹா... குஷ்மாதேவி, உன்னோட கூந்தலுக்கு இயற்கையிலேயே எப்படி மணம் இருக்கு...!

சீனு(குரல்) : நஹி... நஹி...

ராமா : சரி... நீ சிகரெட் அடிக்கற மூட்ல இருக்கே... பேச வேணாம்... பாட்டால் கேளு... உனக்கு ரொம்ப புடிச்ச பாட்டு (தம் மாரே தம்... ம்ருத்யு ஜாயே தம்...)

சீனு : நஹி... நஹி...

(வெளியே கிராப்புடன் ஓடி வருகிறான்...)

மாது : டேய், என்னடா...விக் எங்கே!

சீனு : மச்சான் கைல இருக்கு... உன் மச்சான் சடை வாத்யாரே. விக்கை பிடிச்சு இழுத்துட்டான்...

ராமா : (வந்து) குஷ்மா... பேசு குஷ்மா பேசு... உன் பேச்சை கேக்க வந்திருக்கும் என்னை ஏமாற்றி விட்டு ஓடாதே குஷ்மா... பேசு குஷ்மா... பேசு... எனக்காக பேசு!

சீனு : பேசறேண்டா பேசறேன்...சாவுகிராக்கி... கசு மாலம்... அராத்து... கிழபோல்ட்டு... சடை.... போதுமா... பேசினது?

ராமா : மாப்பிள்ளை, குஷ்மாதேவி எப்படி தமிழ் பேச றா... அதுவும் மெட்ராஸ் பாஷை...

மாது : குஷ்மாஜி... கப்சிப்-தும் டயலாக் நஹி போலோ... மச்சான், நான் சொன்னேனா இல்லியா... குஷ்மா தேவி ஒரு மாதிரி... ரொம்ப முரட்டுப் பொம்பளை... மச்சான்... பாரு, தமிழ்ல கெட்ட வார்த்தைகளை மட்டும் கத்து வச்சுண்டுருக்கா...

ராமா : இல்லை மாப்பிள்ளை... அவ இப்ப என்னை திட்டினது கோவத்துல இல்லை...

மாது : பின்ன...

ராமா : இது ஊடல் மாப்பிள்ளை... ஊடல்... காதல்ல இதல்லாம் சகஜம்...

மாது : நீங்க தேற மாட்டீங்க...

ராமா : குஷ்மாஜி, எப்படி உன்னோட கூந்தல் இப்படி (கையிலுள்ள விக்கை தடவியபடி) வழவழன்னு... (Then realising) குஷ்மாஜி, உன் தலைல இருந்த கூந்தல் எங்க...

மாது : உங்க கைல இருக்கு...

ராமா : அப்ப இது...விக்கா...

மாது : ‘விக்’ இல்லை மச்சான்... சவுரி... மச்சான், இப்ப பாத்தீங்களா குஷ்மாதேவி ஆம்பிளை கணக்கா கிராப்லாம் வச்சுண்டுருக்கா... பாருங்க... இவளை போய் Love பண்றீங்களே...

ராமா : கிராப்பு குஷ்மாக்கு டாப்பு... மாப்பிள்ளை... அன்னிக்கு குரலை வச்சு உன்னை ஷர்மிளா டாகூர்னேன்... இப்ப உன் கிராப்பை வச்சு சொல்றேன்... நீ எலிசபெத் டெய்லர். ஹாலிவுட் அழகி...

மாது : அய்யோ மச்சான் வேணாம்... சிகரெட் புடிக்கறா... கிராப் வச்சுண்டுருக்கா... உங்களை அசிங்கமா திட்டறா... வேணாம் இவ சகவாசம், போயிடுங்க.

ராமா : போறேன்... ஆனா மறுபடி வருவேன்... இப்ப அவ மூட்ல இல்லை. மூணாவது மனுஷன் உங்க எதிர்ல என்கூட பேச கூச்சப்படறா போலருக்கு... வரேன் குஷ்மா... டாட்டா... போலோ...

சீனு : நஹி...

ராமா : வெகுளிம்மா... நீ. அதையே சொல்றியே... அப்புறம் வரேன். (exit)

சீனு : வாத்யாரே... நம்மால முடியாது... அந்தம்மா மைதிலி என்னடான்னா எப்பப்பாரு Hindiல பேசுது... இந்தாள் எப்பப்பாரு ஹிந்தி பாட்டை போடறான்... எங்கும் Hindi எதிலும் Hindiயா இருக்கு வாத்யாரே... என்னை வுட்டுடு, நான் ஓடிடறேன்...

மாது : டேய்... டேய்... இருடா... உனக்கு மச்சானால Problem அதானே... நான் அதை தீத்து வக்கறேன்...

சீனு : எப்படி ?

மாது : குஷ்மாதேவி பக்கம் இனிமே என் மச்சான் தலை வச்சுக்கூட படுக்கமாட்டான்...

சீனு : எப்படி...

மாது : குஷ்மாதேவி, என் மச்சானோட டேப்ரிக்கார்டர் ஆன் பண்ணற கைய ஒடிச்சுட்டா-...

சீனு : உன் மச்சான் கைய என்னை ஒடிக்கச் சொல்றியா... பாவி...

மாது : கேளுடா. மச்சானை பொறுத்தவரை அவர் கையை

ஒடிக்கப்போறது குஷ்மாதேவி... ஆனா அது நீ இல்லை... வேற ஆள்...

சீனு : நீயா...

மாது : நானும் இல்லை.

சீனு : பின்ன யாரு?

மாது : நாட்டுல ஒரு கஷ்டத்தை சமாளிக்க முடிய லேன்னா, என்ன பண்றாங்க... ராணுவத்தை வரவழைக்கறாங்க இல்லையா... இப்ப நம்மால முடியலை... ராணுவம் வரவழைச்சுடுவோம். எதுக்காக வரவழைக்கணும்... அதான் வீட்டுலயே மிலிடெரி இருக்கே...

சீனு : புரியலை...

மாது : புரிய வேணாம்... இன்னியோட மச்சான் problem உனக்கு ஓவர்...

(திரை)

காட்சி 7

மாதுவின் வீடு

மாது : (மைதிலி portionனைப் பார்த்து...) ரங்கனாதன்... Hello... சார்... மிலிடெரி... (ரங்கநாதன் entry)

ரங்க : என்ன சார்... மணி ராத்திரி 9 ஆறது... இன்னும் நீங்க தூங்கலை? ஓ, good night சொல்ல கூப்பிட்டீங் களா?

மாது : Good nightடா இல்லை Bad nightடான்னு முடிவு பண்ண வேண்டியது... உங்க கைலதான் இருக்கு...

ரங்க : என்ன சொல்றீங்க?

மாது : சார்... நீங்க எனக்கு ஒரு help பண்ணணும்...

ரங்க : சொல்லுங்க... செஞ்சுடுவோம்...

மாது : மிலிடெரி சார், என் மச்சான் ராமானுஜம் இருக்கார் இல்லியா...

ரங்க : அதாவது உங்க தங்கையோட அண்ணன்...

மாது : அதான் மிலிடெரிங்கறது... அவசரத்துல நான் மறந்தாலும் நீங்க பளிச்சினு ஞாபகம் வச்சிண்டு இருக்கீங்களே... கரெக்ட், தங்கையோட அண்ணா ராமானுஜத்தால பயங்கர problem சார்... மாற்றான் தோட்டத்து மல்லிகையை மோந்து பார்க்கறார் சார்... என் wife குஷ்மாதேவியை என் கண் எதிர்லயே சுத்தி சுத்தி வந்து... sight அடிக்கறேன் பேர்வழின்னு வீடுகட்டி அடிக்கறார் சார்... அதுகூட பரவாயில்லை... இந்த எலக்ஷன் டயத்துல மீட்டிங்குல V.P.Singh Hindiல பேசறத தமிழ்ல translate பண்ணுவாங்களே... அது மாதிரி... என்னை மொழிபெயர்ப்பாளரா வச்சுண்டு இந்தாள்... என் wife குஷ்மாதேவியை HINDI-ல Love பண்றான் சார்--விட்டுடுய்யான்னு சொன்னா... குஷ்மாதேவியை நான் Love பண்றத தடுக்க நீ யாருன்னு தெனாவட்டா கேக்கறான்... சார்...

ரங்க : குஷ்மாதேவி என் wifeனு சொல்ல வேண்டியது தானே...

மாது : எப்படி சார் சொல்ல முடியும்? மறந்துட்டீங்களா நான் அன்னிக்கே சொன்னேனே... உங்ககிட்ட நான் குஷ்மாதேவியை கல்யாணம் பண்ணிண்டது, என் தங்கையோட அண்ணனுக்கும்... அண்ணாவோட தங்கைக்கும் தெரியாதுன்னு...

ரங்க : ஆங்... சொன்னீங்க... மறந்துபோயிட்டேன்...

மாது : மறந்துடாதீங்க மிலிடெரி... உங்க எல்லாரோட ஞாபக சக்திலதான் எம் பொழப்பு நடக்குது...

ரங்க : உங்க தங்கையோட அண்ணன் ராமானுஜம், உங்க wife குஷ்மாதேவி கிட்ட தகாத முறைல நடந்துக்கறார். அதுக்கு ஒரு முடிவு கட்டணும்... அவ்வளவு தானே...

மாது : அவ்வளவுதான் சார்.

ரங்க : நீங்க போங்க... நான் பாத்துக்கறேன்...துப்பாக்கில் ரெண்டு குண்டு இருக்கு... 47 வயசுல கிழபோல்டா இருந்துகிட்டு Love பண்றத்துக்கு ஒரு குண்டு. அதுவும் ஊரான் பொண்டாட்டிய Love பண்றத்துக்கு இன்னொரு குண்டு...

மாது : அய்யய்யோ... என்ன மிலிடெரி... விட்டா ராமானுஜத்துக்கு காலைல ராணுவ மரியாதையோட பீரங்கி வண்டில ஊர்வலம் விட்டுடுவீங்க போலருக்கே... துப்பாக்கி குண்டெல்லாம் வேண்டாம். அதை தீபாவளிக்கு வச்சுக்குங்க... பட்டாசு விலை ஏறிண்டே போகுது... நீங்க simple ஆ... அவர் கையை லேசா உடைச்சுட்டா போதும்... ஒரு மாதத்துல குணமாறா மாதிரி... Fracture பண்ணி புத்தூருக்கு போய் கட்டுப்போடற அளவு பண்ணிடாதீங்க...

ரங்க : Ok...(சற்றே மாது portion பக்கம் நகர்ந்து) எங்க அந்த ஆள்,ராமானுஜம்? கைய உடைச்சுட்டு, உடைச்ச கையை உங்க கைல காட்டிட்டு போறேன்...

மாது : என்னது, மரத்துல கிளையை உடைக்கறா மாதிரி சர்வ சாதாரணமா சொல்றீங்க... தோ பாருங்க. முக்யமானது இதான்... அவர் கைய நீங்க உடைச்சதா அவருக்குத் தெரியக் கூடாது... ராமானுஜம் கையை உடைக்கப் போறது... என்னமோ... நீங்கதான். ஆனா... ராமானுஜத்தை பொறுத்தவரை அவர் கையை உடைச்சது குஷ்மாதேவியா இருக்கணும்- அப்பதான் ராமானுஜத்துக்கு குஷ்மாதேவி பேர்ல பயம் வரும்... புரிஞ்சுதா...

ரங்க : So, அப்ப குஷ்மாதேவி, ராமானுஜம் கைய கொண்டு வந்து என்கிட்ட தருவோ... நான் அதை உடைச்சுத் தரணும்...

மாது : கொண்டு வந்து கொடுத்து உடைச்சுத் தரதுக்கு ராமானுஜம் கை என்ன மைசூர்பாகா... Bodyஐ ரொம்ப நம்பினதுல, brainஐ totalஆ மறந்துட்டீங்களா...?! கேளுங்க... மிலிடெரி. நீங்க இப்ப

என்ன பண்றீங்க... ஒரு புடவை கட்டிண்டு குஷ்மாதேவி வேஷத்துல அவ ரூமுக்குள்ள போய் லைட்டெல்லாம் அணைச்சுட்டு இருட்டுல கட்டில்ல உக்காருங்க. நான் ராமானுஜம் கிட்ட உங்களை குஷ்மாதேவி Love சொல்றத்துக்கு கூப்பிடறா... கைல ஒரு ரோஜாப்பூவோட வரச் சொன்னாங்கறேன். அவர் குஷ்மா தேவியை நெனச் சுக்கிட்டு, உங்க கிட்ட ரோஜாப்பூவோட வந்து, I love youம்பார்: நீங்க ரோஜாவை வாங்கறாமாதிரி... அவர் கையை வாங்கிடுங்க... புரிஞ்சுதா?

ரங்க : புரிஞ்சுது... குஷ்மாதேவி மாதிரி நான் வேஷம் போடணும்; பொம்பளை வேஷம்... பிரமாதம்... புது ஐடியாவா இருக்கு...

மாது : ரொம்ப பழைய idea... நீங்க இப்ப தான் கேக்கறீங்க...

ரங்க : சார், நான் நல்லா உசரமா இருக்கேன்... குஷ்மா தேவி வேஷம் என்னைப் போடச் சொல்றீங்க... சரியா வருமா...

மாது : மிலிடெரி... குஷ்மாதேவி வேஷம், யார் வேணும் னாலும் போடலாம், அது அப்படிப்பட்ட ரோல். சினிமா நாரதர் ரோல் மாதிரி...

ரங்க : இந்த ராத்திரில குஷ்மாதேவி கூப்பிடறான்னா உங்க மச்சான் ரோஜாப்பூவோட வருவாரா...

மாது : ரோஜாப்பூ என்ன, குஷ்மாதேவி கூப்பிடறான்னா ராமானுஜம் தென்னை மரத்தையே கூட தூக்கிண்டு வருவார்... போங்க...உடனே போய் ஒரு புடவைய கட்டிண்டு, நேரே குஷ்மாதேவி ரூம்ல கட்டில்ல உக்காருங்க... lightஐ அணைக்க மறந்துடாதீங்க...

ரங்க : அப்ப original குஷ்மாதேவி?

மாது : குஷ்மாதேவில originalலே கிடையாது. நான் சீனுகிட்ட சொல்லிக்கறேன்...

ரங்க : சீனுகிட்டயா...

மாது : நீங்க போங்க சார். டயம் ஆறது...

ரங்க : நான் கட்டிக்கப் புடவை...

மாது : உங்க sister மைதிலியோட பழைய புடவை எதையான நைஸா எடுத்துக் கட்டிக்குங்க... ஆ... main ஆ உங்க sister மைதிலிக்கு இதெல்லாம் தெரிய வேணாம். ராணுவ ரகசியமா இருக்கட்டும்.....

ரங்க : Ok... பழைய புடவை பரவாயில்லையா... புது புடவை இல்லையா...

மாது : இப்ப புதுப்புடவைக்காக நான் ஜானகியை ராத்திரி வேளைல 'கௌரி விரதம்' கொண்டாடச் சொல்லமுடியுமா... போங்க சார் (ரங்கநாதன் போக...) பொம்பளைங்கதான் அலையறாங்கன்னு பாத்தா... பொம்பளை வேஷத்துக்கு இந்த அலை அலையறாங்களே... Next... மச்சானை பாத்தீங்களா... உள்ள என்ன பண்ணறார்?

(ஜானகி entry)

ஜானகி : மணி 9.00 ஆறது. நீங்க இன்னும் தூங்கலை?

மாது : Good night. போய் தூங்கு... எனக்குக் கொஞ்சம் வேலை இருக்கு...

ஜானகி : அர்த்த ராத்திரில அப்படி என்ன தலைபோற வேலை...!

மாது : தலை போற வேலை இல்லைடி, கைபோற வேலை. இது office work. எழுத்து வேலை. கை ஒடிய எழுதணும்... ஆமாம், எங்க என் அருமை மச்சான் ராமானுஜம்...

ஜானகி : குஷ்மாதேவிக்கு Hindiல love letter எழுதிண்டுருக்கார், தமிழ் - Hindi bookகை பாத்து பாத்து...

மாது : கடசியா எழுதி முடிக்கட்டும்... அப்புறம் ஒரு மாசத்துக்கு அவரால் தமிழே எழுத முடியாது...

ஜானகி : என்ன...

மாது : Good night... நீ போய் தூங்கு... அப்புறம் ஜானகி... இங்க நம்ம தெருல பக்கத்துல யாரானும் டாக்டர் இருக்காரா......

ஜானகி : எதுக்கு இப்ப டாக்டர்...!

மாது : ஒரு எமர்ஜென்சிக்குத்தான். கை உடைஞ்சா, fracture கட்டுப் போட...

ஜானகி : என்ன உளர்றேள்...! சாதாரணமா தூக்கத்துலதான் பேத்துவேள்னு பாத்தா வர வர முழிச்சுண்டுருக்கச் சேவே பேத்த ஆரம்பிச்சுட்டேளே...

மாது : Good night...

ஜானகி : ஆமாம்... எங்க இந்த குஷ்மாதேவி! மத்யானத்து லேந்து கண்ணுலயே தென்படலை... நான் குடுத்த பட்டுப் புடவையை கட்டிண்டாளா...? பிடிச்ச தாமா.....

மாது : பிடிக்கலை போலருக்கு... அதான் ரூமை விட்டே வரலை... போடி... Good night... (ஜானகி exit) நல்ல வேளை. குஷ்மாதேவினு ஞாபகப்படுத்தினா... சீனுவை மிலிடெரி வரத்துக்குள்ள ரூமை விட்டு, மொட்டைமாடில இருக்கச் சொல்லணும்...

(சோபாலால் entry)

கன்னியப்பா வாய்யா. நல்ல சமயத்துக்கு வந்த... நீ போய் சீனுகிட்ட இன்னும் 1 hourக்கு ரூம்ல இருக்கவேணாம்... மொட்டை மாடில 'தம்' அடிச் சிண்டுருக்க நான் சொன்னேன்னு சொல்லு...

சோபா : சீனு மத்யானத்துலேந்து ரூம்ல இல்ல...

மாது : ஏன்...

சோபா : சீனு குஷ்மாதேவியை பாக்கப் போயிருக்கான்...

மாது : சீனுதானேடா குஷ்மாதேவி. குழப்பாத...

சோபா : அவன் Lover - original குஷ்மாதேவி... அவளோட Beach, Park, Cinemaன்னு சுத்தப் போயிருக்கான்...

மாது : இதுவும் நல்லதுதான்... ஆமாம். நீ என்ன Lodge மாதிரி வந்துட்டு வந்துட்டு போற...

சோபா : நாலுபேர் எனக்கு கடன் பாக்கி... வசூல் பண்ண போயிகிட்டுருக்கேன்... ரெண்டு பேர் அசல்

தரணும், ரெண்டு பேர் வட்டி தரணும்... இப்ப ராத்திரி போனாத்தான் அவங்களைப் பிடிக்க முடியும்...

(அப்போது ராமானுஜம் கையில் ஒரு paperஐ (love letter) பார்த்தபடி, வந்து)

ராமா : மாப்பிள்ளை, குஷ்மாதேவியைப் பத்தி Hindiல ஒரு கவிதை எழுதியிருக்கேன்... எப்படி இருக்குனு பாருங்க.

மாது : (வாங்கி) ஏக் குஷ்மாஜி... தோ குஷ்மாஜி... ஏக்தோ குஷ்மாஜி... தீன் குஷ்மாஜி... சார் குஷ்மாஜி... தீன் சார் குஷ்மாஜி. ஏக் தோ தீன் சார் குஷ்மாஜி... தஸ் நௌ குஷ்மாஜி... என்ன குஷ்மாதேவியை ஒன்று, இரண்டு, மூன்று என்று வரிசைப்படுத்தி பாடியிருக்கீங்களா... பெரிய திருவிளையாடல் K.B. சுந்தராம்பாள்.

ராமா : அட... சோபாலால்...

சோபா : நான் வரேன் Sir...

ராமா : (கையைப் பிடித்து) சோபாலால்... நான் அன்னிக்கு கேட்ட கேள்விக்கு நீங்க இன்னும் பதில் சொல் லலை... Please சொல்லுங்க...

சோபா : பேஜார் பண்ணாத - வுடு sir...

ராமா : நான் கேட்ட கேள்விக்கு பதில் சொல்லிட்டு போங்க...

மாது : அய்யோ மச்சான், அப்படி என்ன கேள்வி!

ராமா : உங்க பொண்ணு குஷ்மாதேவியை எனக்கு கல்யாணம் பண்ணி வப்பீங்களான்னு கேட்டேன்... பதிலே சொல்லாம மழுப்பறார்...

மாது : மச்சான், நீ கேட்ட கேள்விக்கு பதிலே சொல்ல முடியாது, ஏன்னா அதுக்கு பதிலே கிடையாது. please மச்சான் இந்தக் கேள்வியை மட்டும் choiceல விட்டுடுங்க. please, இது ஒரு million dollar question...

ராமா : நீங்க சும்மா இருங்க... குஷ்மாஜியை பெத்த பிதாஜி - அவர் சொல்லட்டும்...

மாது : மச்சான் அவரை விடு... அவர் கடன் வசூல் பண்ணப் போயிண்டுருக்கார். பாவம் ரெண்டு எடத்துல் அசல், ரெண்டு எடத்துல வட்டி வசூல் பண்ணணுமாம்...

ராமா : குஷ்மாதேவியை எனக்கு கட்டி வக்கறேன்னு சொல்லுங்க... அசல் வட்டி எல்லாத்தையும் நான் வசூல் பண்ணித் தர்றேன்...

மாது : அய்யோ மச்சான் குஷ்மாதேவியே அசல் இல்லேங்க றேன்... புரியாம பேசறீங்களே...

ராமா : தெரியும் மாப்ளே...

மாது : தெரிஞ்சுமா...

ராமா : இவர் பெத்தபோது அவ அசல்... இப்ப பெத்த கடனுக்கு கல்யாண வயசுல வட்டியா வளர்ந்து நிக்கறா... இந்த பெத்த கடனை யார் தீர்க்கறது... நான் தீக்கறேன் சோபாலால்... அசல் வட்டி ரெண்டுத்தையும் நான் தீக்கறேன்...

மாது : கோவிந்தா...

ராமா : மத்யான்னம்... மாப்பிள்ளை நான் கை ஜோஸ்யம் பாத்தேன்... என் கையப் பாத்துட்டு உங்களுக்கு குஜராத்தி பொண்ணுதான் wifeஆ வருவார்னான்...

மாது : கை ஜோஸ்யன் சொன்னானா... மச்சான் கடைசியா உங்களுக்கு ஒரு chance தரேன்... புரிஞ்சிண்டீங் கன்னா... பொழச்சீங்க... இல்லை... அப்புறம் ஒரு மாசத்துக்கு நீங்க ஜோஸ்யர்கிட்ட கையை காட்ட முடியாது...

ராமா : எனக்குக் கால்கட்டு கல்யாணம் உண்டான்னு கேட்டேன்... குஜராத்தி பொண்... அதான் கால் கட்டுனு சொன்னானே...

மாது : கை கட்டை வாய் தவறி, கால் கட்டுனு சொல்லியிருப்பான்... மச்சான்... last chance...

நீங்க குஷ்மாதேவியை கல்யாணம் பண்ணிக்க முடியாது...

ராமா : ஏன்?

மாது : நேரிடையா சொல்ல முடியாது... பொடி வச்சு சொல்றேன். புரிஞ்சுண்டா பொழச்சீங்க... நீங்க பால் வாங்க வர்றீங்க... சோபாலால்தான் மாடு வச்சுருக்கார்... சோபாலால் சொல்றார்... சார் பால் கிடையாது - ஏன்னா என்கிட்ட பசு மாடு, எருமை மாடு ரெண்டும் கிடையாது... என்கிட்ட இருக்கறது ஜல்லிக்கட்டு காளைதாங்கறார்... நீங்க... பரவாயில்லை... ஆழாக்கு பாலான தான்னு அடம்புடிச்சா... இவரால எப்படி பதில் சொல்ல முடியும்...

ராமா : பசு, எருமை, ஜல்லிக்கட்டு காளைலாம் எதுக்காக... நம்ம வீட்டுல ஆவின் milk தானே... சோபாலால் நீங்க சொல்லுங்க... குஷ்மாதேவியை கட்டிவக்க முடியுமா...?

மாது : நீ போய்யா...(சோபாலால் போக)

ராமா : சோபாலால்... போகாத... போயிட்டான்...

மாது : உங்களுக்குச் சொல்லி புரிய வைக்க முடியாது... அடி உதவற மாதிரி அண்ணன் தம்பி உதவமாட்டான்...

ராமா : என்ன...

மாது : அதை விட betterஆ நான் உதவறேன்னேன்... மச்சான் Loveக்கு எப்பவுமே அப்பன்கள் எதிரி... நீங்க நேரே குஷ்மாதேவி கிட்ட பேசுங்க...

ராமா : எப்படி...

மாது : Loveலாம் ஒரு பந்தாவா பண்ணணும்... கைல ஒரு ரோஜாப்பூவை எடுத்துக்குங்க... நேரே குஷ்மாதேவி ரூமுக்கு போய் அவகிட்ட பூவை தந்து I love you சொல்லுங்க...

ராமா : சொன்னா...

மாது : உங்களை Love பண்ணற பட்சத்துல ரோஜாப்பூவை வாங்கிப்போ... அப்புறம் நீங்க அவளைக் கல்யாணம் கட்டிக்கலாம்...

ராமா : ரோஜாப்பூவை வாங்கிண்டா என்னைக் கட்டிக்கறதா அர்த்தமா... suppose வாங்கிக்கலேன்னா...

மாது : நீங்க வாங்கி கட்டிக்கப் போறதா இருக்கலாம்... தைரியமா போங்க, எல்லாம் நல்லபடியா நடக்கும்...

ராமா : எங்க போறது, எப்ப போறது?

மாது : இப்பவே, அவ அப்பன்கூட வெளில போய்ட்டான்... ரூம்ல கட்டில்ல தனியா உக்காண்டிருப்போ...

ராமா : இப்பவே போறேன்... ஆமாம்... இப்ப ரோஜாப் பூக்கு எங்க போறது!

மாது : உள்ள சாமி ரூம்ல இருக்கும்... போய் எடுத்துண்டு வாங்க... (ராமானுஜம் Exit) எங்க மிலிடரியை இன்னும் காணும்...

(ரங்கநாதன் Pant, Shirt மீது அப்படியே புடவையைச் சுற்றியபடி வந்து)

ரங்க : Sir... எப்படி...

மாது : கண்றாவி... மிலிடெரி, உங்களுக்கு கிடைச்ச புடவையும் காக்கிதானா... பனை மரத்துக்குப் புடவை சுத்தினா மாதிரி இருக்கு... போங்க.

ரங்க : ராமானுஜம் வந்துடுவாரா.....

மாது : பூ பறிக்கப் போயிருக்கார், நீங்க கட்டில்ல உக்காரச்சே கொஞ்சம் முதுகை வளைச்சு, தலையைக் குனுஞ்சுண்டு உட்காருங்க... ராமானுஜம் கிட்ட, குஷ்மாதேவி கட்டில்ல உக்காண்டுருக்கறதா சொல்லியிருக்கேன்...உங்க உசரத்துக்கு நிமிந்து உக்காண்டீங்கன்னா ராமானுஜம்... என்னடாது குஷ்மாதேவி கட்டில்ல நின்னுண்டுருக்கான்னு நெனைச்சு பயந்துடுவாரு... ரோஜாப்பூ தர்ற கைய உடைச்சுருங்க.....

ரங்க : Done... போதுமா... (exit)

மாது : எங்க மச்சான்... ரோஜாப்பூக்காக பிருந்தாவன் கார்டனுக்கே போயிட்டாரா..... (தன் portionனுக்குள் போகிறான்...)

(மைதிலி entry)

மைதிலி : (வந்து) ஜானகி... ஜானகி...

ஜானகி : (வந்து) என்ன...

மைதிலி : படிக்க ஏதான கதை புக்ஸ் இருக்கா... போரடிக்குது...

ஜானகி : எங்கிட்ட இருக்கறது சுலோக புத்தகந்தான்... கதை புக்ஸ் இல்லையேம்மா...

மைதிலி : குஷ்மா தேவியை கேட்டுப்பாக்கறேன்... அவகிட்ட Hindi கதை புக் ஏதான இருக்கும்... எனக்குத்தான் Hindi தெரியுமே...

ஜானகி : இதைச் சொல்லி பீத்திக்கறதுக்குத்தான் பாதி தூக்கத்துல என்னை எழுப்பினீங்களா... (மோவாய் கட்டையில் இடித்துக் கொள்ள...)

மைதிலி : உங்கண்ணன் மாது மாதிரியே நீங்க பட்டு பட்டுனு பேசறீங்க... பெரியண்ணன் ராமானுஜம் தான் சாது...உங்க குடும்பத்துல தப்பிப் பொறந்துட்டாரு...

(மைதிலி exit)

ஜானகி : எங்க, தலைல இருந்த ரோஜாவை காணும்... (உள்ளே போக...)

(மாது தன் portionனை பார்த்தபடி பின்னால் நைஸாக வருகிறான்)

(ராமானுஜம் வருகிறார்)

ராமா : மாப்பிள்ளை ரோஜாப்பூ கிடைக்கலையே...

மாது : இந்தாங்க...

ராமா : ஏது...

மாது : ஜானகி தூங்கிண்டிருந்தா... அவ தலைலேந்து திருடிட்டேன்... அழகா பிடிங்க... என்னமோ டீச்சர்,

டீச்சர் one bath roomங்கற மாதிரி பிடிக்கறீங்களே...

ராமா : குஷ்மாதேவி கிட்ட இதை தந்துட்டு நான் உன்னை காதலிக்கறேன்னு Hindiல சொல்லணுமா, இல்லை Englishல சொன்னா பரவால்லியா...?

மாது : பேசறதுக்கெல்லாம் time இருக்காது, பூவைக் கொடுத்தவுடனே பட்டுனு காரியம் முடிஞ்சுடும், போங்க... All the best...

(ராமானுஜம் போகிறார்)

மச்சான் டேய், இனிமே நீ குஷ்மாதேவி பக்கம் தலை வச்சுப் படுக்க முடியாது... close...

(மைதிலி ஓடி வருகிறாள்)

மாது : மைதிலி நீங்க எங்க அங்கேந்து?

மைதிலி : சேத்தரி, என்ன மாது உங்க தங்கையோட அண்ணன் ராமானுஜம் இவ்வளவு மோசமானவரா இருக்கார்...

மாது : என்னங்க...

மைதிலி : குஷ்மாதேவியப் பாக்க அவ ரூமுக்குப் போனேன்...

மாது : பாத்துட்டீங்களா?

மைதிலி : இல்லையே, உள்ள ஒரே இருட்டா இருந்தது. ரூமை கண்டுபிடிக்க முடியலை. அதுக்குள்ள உங்க ராமானுஜம் வந்து, என்கிட்டே, ரூம்ல இருப் பேன்னியே, இங்க எங்க நிக்கறேன்னுட்டு, I love You சொல்லிட்டு, இந்த ரோஜாப்பூவை எங்கிட்ட தந்துட்டாரு... என்ன இப்படி மட்டமா பிஹேவ் பண்றார்? அவர் கைய உடைச்சிருப்பேன்...

(ரோஜாப் பூவை எறியப்போக...)

மாது : அதுக்கு ஆள் போட்டுருக்கு...ம்...ம்... ரோஜாப்பூவ ஏன் waste பண்றீங்க? தாங்க... (வாங்கி)... தேவைப்படலாம்... (மைதிலி exit) ச்சே... இருட்டுல மாத்திக் கொடுத்துட்டார் மாமன் மச்சான்... பேசாம பூவோட, கைல ஒரு மெழுகு வத்திய கொடுத்து அனுப்பியிருக்கலாம்...

(ராமானுஜம் entry)

ராமா : மாப்பிள்ளை...

மாது : இந்தாங்க... பூ... second chance... போங்க...

ராமா : அப்ப நான் தந்தது.

மாது : மைதிலி கிட்ட...

ராமா : அது மைதிலியா... சோபாலால்னு நினைச்சேன்...

மாது : ஆம்பளைய பொம்பளைம்பீங்க... பொம்பளைய ஆம்பிளைம்பீங்க... பேஜார் நீங்க, போங்க மச்சான், குஷ்மாதேவி தூங்கிடுவோ... போங்க.

(ராமானுஜம் சிறிது செல்ல... அய்யோ சத்தம்...)

ரங்க(குரல்) : டேய், எங்கடா ஓடற, ஏய், நில்லுடா, ஏய்... ஓடிட்டான்..... திருட்டு ராஸ்கல்...

மாது : என்ன மாப்பிள்ளை, குஷ்மாதேவி ரூம்ல சத்தம்...

மாது : தெரியலையே, இப்ப நேரம் சரியில்லை... நீங்க போங்க... அப்புறம் பாத்துக்கலாம்.

(ராமானுஜம் தன் portionக்குப் போக, ரங்கநாதன் entry)

மாது : மிலிடெரி, என்ன சத்தம்...

ரங்க : மாது, நான் ராமானுஜம் வருவார்னு wait பண்ணேன்... அப்ப ஒரு ஆள் ரூம் ஜன்னல் வழியா எகிறி குதிச்சான்...

மாது : ஒரு ஆளா...

ரங்க : ம்... திருடன்னு நினைக்கறேன்... குஷ்மா தேவியோட புடவை, ரவிக்கை எல்லாம் திருட ஆரம்பிச்சான், நான் பாஞ்சு, அவன் கையப் பிடிச்சு, நல்லா வளைச்சு ஒடிக்கறதுக்குள்ள, அந்த ஆளு... திமிறிண்டு,பழையபடி ஜன்னல் வழியா எகிறி குதிச்சு, பைப்பை பிடிச்சு, இறங்கி ஓடிட்டான்...

மாது : குஷ்மாதேவி புடவை, ரவிக்கைய திருடிண்டு போயிட்டானா...

ரங்க : திருட்டு பயம் ஜாஸ்தியாயிருக்கு... ஜாக்கிரதை... ராமானுஜம் எங்க... வரலை.

மாது : ரோஜாப்பூ கிடைக்கலை... அப்புறம் பாத்துக் கலாம்னுட்டார்...

ரங்க : பொம்பளை வேஷம் போட்டதுதான் மிச்சம்... (exit)

மாது : சோபாலால் போயாச்சு... மச்சான் ரூமுக்கே போகலை, குஷ்மாதேவி ரூம்ல யார் அந்த இன் னொரு ஆம்பளை?

(சீனு entry in குஷ்மாதேவி வேஷம்... கையில் டெம்பரரியாக துணியைத் தொங்கப் போட்டபடி...)

சீனு : வாத்யாரே... நான்தான் வாத்யாரே... அந்த இன்னொரு ஆம்பிளை!

மாது : சீனு...

சீனு : என் Loverஐ பாத்துட்டு, pant shirtடோட வந்தேன். அப்படியே வீட்டுக்குள்ள நுழைய முடியாதேன்னு, pipeஐ பிடிச்சு ஏறி, ரூமுக்குள்ள நுழைஞ்சு, குஷ்மாதேவி வேஷம் போட, புடவை, ரவிக்கை எடுக்கறச்சே, எங்கிருந்தோ வந்து, இந்த மிலிடெரி பய பாஞ்சு என் கைய வளைச் சுட்டான்... Fractureஆ, இல்லையான்னு டாக்டர பாத்தாத்தான் தெரியும்...

மாது : சாரிடா சீனு...

சீனு : நல்ல வேளை, புடவை, ரவிக்கையோட தப்பிச்சேன், dress மாத்திக்கிட்டேன்...

மாது : சாரிடா சீனு...

சீனு : போதும் வாத்யாரே இந்த விளையாட்டு... நம்மாலே இனிமே தாங்க முடியாது... என்ன வுட்டுடு நான் ஓடிடறேன்...

மாது : சீனு சீனு, please பொறுத்துக்கோ, இன்னும் ஒரு 10, 15 நாளைக்குத்தான்...

சீனு : என்ன 10,15 நாள்... எப்ப கேட்டாலும் இதையே சொல்ற...வேஷம் போட்டு இன்னியோட 10ம் 15ம் 25 நாளாச்சு... அந்த மைதிலி டெல்லி

போற வழியாத் தெரியலை... நம்மால முடியாது... மைதிலியை வெளில அனுப்பற வழியப் பாரு வாத்தியாரே...

மாது : மைதிலியை வெளியில் அனுப்பறதா? கரெக்ட்... இது ஏன் நமக்கு முன்னமே தோணாம போயிடுத்து? என்னெல்லாமோ plan பண்ணோம்... மைதிலிய டெல்லி அனுப்ப ஒரு ideaவ யோசிக்காம போயிட்டேனே... நல்ல ideaடா... கையக் குடுடா.....

சீனு : கையக் குடுடாவா... கொடுக்கறா மாதிரியா கை இருக்கு...

மாது : என்ன பண்ணலாம்... ஆ, சீனு... மைதிலி ஏன் இங்க இருக்கா? குஷ்மாதேவி உசிரோட இருக்கப்போறது 10 நாளோ 15 நாளோ நாம சொன்னதால்... இல்லையா...

சீனு : ஆமாம்.

மாது : ஒரு வேளை heart Problemனாலே குஷ்மாதேவி செத்துட்டா, என்னைக் கல்யாணம் பண்ணிக்க லாம்கற - ஆசைல இல்லையா......?

சீனு : கரெக்ட்-

மாது : குஷ்மா தேவிக்கு Heart problem குணமாயிட்டா... மைதிலியால் என்னைக் கல்யாணம் பண்ணிக்க முடியாது... இல்லயா...?

சீனு : கரெக்ட்-

மாது : குஷ்மாதேவிக்கு No problem... Perfectly alright... அவளுக்கு ஆயுசு கெட்டி... நூறு வயசு வரை இருப்போன்னு தெரிஞ்சா... மைதிலி Delhi பூடுவா... இல்லையா...

சீனு : கரெக்ட்...

மாது : இத ஒரு டாக்டரையே விட்டு, மைதிலிகிட்ட சொல்லச் சொல்லிடுவோம்...

சீனு : கரெக்ட்...

மாது : ஒரு டாக்டரை விட்டு குஷ்மாதேவிக்கு எல்லா checkupம் பண்ணச் சொல்றது. அவளுக்கு heart problemனு நாம பொய்தானே சொன்னோம்? மைதிலி எதிர்ல டாக்டர் checkup பண்ணிட்டு, குஷ்மாதேவிக்கு Heart poblemமே கிடையாதுன்னுடுவார்...

சீனு : கரெக்ட்-

மாது : நாளைக்கு மைதிலியோட குஷ்மாதேவிய டாக்டர் checkupக்கு அனுப்புவோம்; டாக்டர் check பண்ணி மைதிலி எதிர்லயே சொல்லிடட்டும்...

சீனு : இதுதான் கரெக்ட் இல்லை...

மாது : ஏன்...?

சீனு : நாளைக்கு மைதிலியோட டாக்டர் வீட்டுக்கு, குஷ்மாதேவியா போகப் போறது யாரு...வேற ஆளா...

மாது : நீதாண்டா...

சீனு : நான் ஆம்பிளை வாத்யாரே! மைதிலிய ஏமாத்தலாம், டாக்டரை எப்படி...?

மாது : லூசு... டாக்டர் என்ன, நாளைக்கு நீ ஆம்பளையா பொம்பளையான்ன Test பண்ணப் போறார்? Heart problem இருக்கான்னு Test பண்ணுவார்... என்ன blood pressure பார்ப்பார், ECG எடுப்பார்; ஒரு Heart X ray எடுக்கச் சொல்வார். பொம்பளை ஆம்பளைலாம் வெளிலதான். உள்ளுக்குள்ள எல்லாம் எலும்பும் சதையும்தான்...

சீனு : பயமாயிருக்கு வாத்யாரே... மைதிலி கூட தனியா, அதுவும் டாக்டர் கிட்ட விடறியே!

மாது : நாளைக்குத்தான் உன் நடிப்புக்கு ஒரு சவால்... டாக்டர் கிட்ட நீ பொம்பளையா நடிச்சு... டாக்டர் certificate வாங்கணும் - Ok?

காட்சி 8

மாதுவின் வீடு

(மாது குறுக்கும் நெடுக்குமாக கவலையுடன் நடந்து கொண்டிருக்கிறான்... சோபாலால் வந்து)

சோபா : என்ன மாது sir, தனியா நடந்துக்கிட்டு இருக்கு, வீட்டுல யாருமே இல்லை... roomல பாத்தேன்... இந்த சீனுப்பயலைக் கூட காணும்? எங்க எல்லாரும்...

மாது : அடேய், கன்னியப்பா, இன்னும் 10 நிமிஷத்துல நான், நீ, சீனு மூணுபேரும் மிலிடெரி கையால் கூண்டோட கைலாசம் போகப் போறோம்...

சோபா : ஏன்?

மாது : நேத்து ராத்திரி மிலிடெரி ரூம்ல எகிறிக் குதிச்ச சீனுவை திருடன்னு நெனைச்சு சீனு கையை ஒடிச் சான் இல்லை...

சோபா : ஆமாம்...

மாது : காலைல என்கிட்ட மிலிடெரி ஏன் குஷ்மாதேவி கைல துணியால கட்டுப் போட்டுருக்கான்னு கேட்டான்... மாடிப்படில தடுக்கி விழுந்துட்டான்னு பொய் சொன்னேன்... நல்ல டாக்டரா பாத்து நானே காட்டறேன்னு குஷ்மாதேவியை அழைச் சிண்டு மிலிடெரியும் மைதிலியும் டாக்டர் Clinicக்கு போயிருக்காங்க... இது பொம்பளை இல்லை, ஆம்பளைன்று டாக்டர் கண்டுபிடிச்சுட்டார்னா...

சோபா : எப்படி? கட்டு கைலதானே போடப்போறார்...

மாது : பூரா கேளு... கைல கட்டுப் போட்டுட்டு, அப்படியே குஷ்மாதேவிய, டாக்டர் இருதயசாமின்னு ஒரு பெரிய Heart Specialist இருக்காராம்... அவர்கிட்ட, மைதிலியும் மிலிடெரியும் குஷ்மாதேவியை கூட்டிக்கிட்டு போகப்போறாங்களாம்... குஷ்மா தேவிக்கு Heart problem இருக்கா இல்லையான்னு

டாக்டர் இருதயசாமியை வுட்டு check பண்ண சொல்லப் போறாங்களாம்...

சோபா : Check பண்ணட்டும்...

மாது : முண்டம்...போயிருக்கறது குஷ்மாதேவி இல்லடா... சீனு... Heart problemத்தை விடு. check பண்றச்சே, டாக்டர் இது குஷ்மாதேவி இல்லை, சீனுன்னு கண்டுக்கிட்டார்னா?

சோபா : யோவ்... டாக்டர் Heart problem இருக்கா இல்லையான்னுதான் check பண்ணுவார்... வந்துருக்கறது ஆம்பளையா, பொம்பளையான்னா check பண்ணப் போறார்... பயந்து சாவற... சரி, நீ ஏன் சீனுவை தனியா வுட்ட? அவுங்களோட கூட துணைக்கு நீயும் போயிருக்க வேண்டியதுதானே...

மாது : காரணமாத்தான் போகலை. இது குஷ்மாதேவி இல்லை... ஆம்பிளை சீனுன்னு டாக்டர் ஒரு வேளை கண்டுபிடிச்சுட்டார்னு வச்சுக்கோ... மிலிடெரி என்ன கீழ போட்டு மிதிச்சுடுவார்... அட, வாங்கற அடிய வீட்ல வாங்கிப்போமேன்னு தான் நான் நர்சிங் ஹோம் போகலை...

சோபா : அப்ப நான் கிளம்பட்டுமா...

மாது : பாத்தியா, நழுவறியே... விஷயம் தெரிஞ்சதுன்னா மிலிட்ரி வட்டியும் முதலுமா கொடுக்க மொதலுக்கு என்னையும் சீனுவையும் உதைச்சா, கூட இருந்ததுக்கு வட்டியையான நீ வாங்கிக்க வேணாமா?

சோபா : உன் wife ஜானகியும் போயிருக்காளா...

மாது : குஷ்மாதேவி உடம்புக்கு ஒண்ணுமில்லைன்னு டாக்டர் சொல்லணுமேன்னு வேண்டிகிட்டு, மைலாப்பூர் அனுமார் கோயிலுக்கு வடைமாலை சாத்தறத்துக்காக ஜானகி போயிருக்கா... ஆஞ்சனேயா டாக்டர் ஒண்ணுமில்லேன்னு சொல்லணும், ஒண்ணுமேயில்லைன்னு சொல்ல வச்சுடாதேப்பா...

சோபா : எங்க அந்த லூசுப்பய உன் மச்சான் ராமானுஜம்... (ராமானுஜம் entry)

மாது : வாங்க, இப்பதான் சோபாலால் உங்களை பத்தி உசத்தியா சொல்றார். கரெக்டா வர்றீங்க... நூறு ஆயுசு... உங்களுக்கு...

ராமா : நூறு ஆயுசு எனக்கில்லை மாப்பிள்ளை - குஷ்மா தேவிக்குத்தான் நூறு ஆயுசு...

மாது : டாக்டர் என்ன சொன்னார்... நர்சிங் ஹோம் போயிருந்தீங்களா...

ராமா : நான் தெருக் கோடில இருக்கற பிள்ளையார் கோயிலுக்கு போயிருந்தேன்... பிள்ளையாரப்பா குஷ்மாதேவிக்கு நூறு ஆயுசு தாப்பா... டாக்டர் check பண்ணிட்டு, Heart problem குணமாயிடுத்துன்னு சொல்ல வைப்பான்னு பிள்ளையார்கிட்ட வேண்டிக் கிட்டு, அவர் எதிர்லயே பிள்ளையாரப்பா பிள்ளை யாரப்பானு 1008 தடவை ஹிந்தில வாய்விட்டுச் சொன்னேன்...

மாது : Hindiல பிள்ளையாரப்பாவா...

ராமா : பிள்ளையார் பிதாஜி பிள்ளையார் பிதாஜின்னு...

மாது : பிள்ளையாரோட டாடி பரமசிவன்... வேண்டிக்கக் கூட தெரியலை... உங்களுக்கு என்ன Love வேண்டிக் கிடக்கு? போங்க மச்சான்... அப்பா பரம சிவம், நான் உன்னைத்தான் வேண்டிக்கறேன். நீ தான் ஆம்பளை பாதி, பொம்பளை பாதின்னு, பார்வதிக்கு பாதியை தந்துட்டு, பார்வதி பரம சிவன்னு அர்த்தநாரியா இருக்கே... குஷ்மாதேவி கஷ்டம் உனக்குத்தான் புரியும். பொம்பளை இல்லை ஆம்பளைன்னு டாக்டர் கண்டுபிடிக்காம இருக்க அருள்புரிப்பா...

(ரங்கநாதன் entry)

மாது : மிலிடெரி வந்தாச்சு...

ராமா : எங்க மாது? மாது எங்க... எங்க மாது?

மாது : இதோ இருக்கேன்... இது சோபாலால்... இவனும் ஒரு Partner... மிலிடரி டாக்டர் இருதயசாமியை பாத்தீங்களா... என்ன சொன்னார்...

ரங்க : என்ன சொன்னாரா... நான் சொன்னதையே சொன்னார்... நிக்க வச்சு சுடணும்னு சொன்னார்...

மாது : சுடணும்னாரா? அய்யய்யோ, அப்ப எல்லாம் தெரிஞ்சுடுத்தா...

ரங்க : தெரியாம எப்படி... டாக்டர் இருதயசாமியா கொக்கா... எங்களை ஏமாத்தலாம்... டாக்டரை ஏமாத்த முடியுமா...

மாது : சார்... தெரியாத்தனமா நடந்துடுத்து...

ரங்க : தெரியாத்தனமா எப்படி சார் நடக்கலாம்... நான் கேக்கல... டாக்டரே கேக்கறார்... பச்சை பச்சையா திட்டறார்... Fraud, International Fraudங்கறார்... மாது பொய் சொல்லி ஏமாத்தறத்துக்கு ஒரு அளவு உண்டு. This is too much...

மாது : Two much இல்ல... Three much... தோ, இவனையும் சேத்து... குஷ்மாதேவியை டாக்டர் check பண்ணாரா...?

ரங்க : Check பண்ணாம எப்படி Sir கண்டுபிடிக்க முடியும்... குழந்தை கூட கண்டுபிடிச்சுடும். பெரியவங்க நீங்க ஏமாறலாமான்னு, என்னையும் மைதிலியையும் கேட்டார்...

மாது : என்ன சொன்னார், check பண்ணிட்டு?

ரங்க : என்ன சொன்னாரா... இது குஷ்மாதேவியே இல்லைன்னுட்டார்...

மாது : குஷ்மாதேவியே இல்லைன்னுட்டாரா? சோபாலால், வேற வழி இல்லை... ராணுவத்துகிட்ட சரணடைய வேண்டியதுதான்.

ரங்க : குஷ்மாதேவி யாரு?

மாது : யாரு.....

ரங்க : Heart problem உள்ளவ குஷ்மாதேவி; Heart valve சரியில்லாதவ குஷ்மாதேவி; 10 நாளோ 15 நாளோ உசிரோட இருக்கறவ குஷ்மாதேவி; நடந்தா மூச்சு திணர்றவ குஷ்மாதேவி... இது அந்த குஷ்மாதேவியே இல்லைன்னுட்டார் டாக்டர்...

மாது : மிலிடெரி...

ரங்க : நான் check பண்ண குஷ்மாதேவி ஆரோக்யமான குஷ்மாதேவி. ஆயுசு கெட்டியான குஷ்மாதேவின்னுட்டார் டாக்டர்... எந்த மடப்பய டாக்டர் இவளுக்கு Heart problemன்னு சொன்னான்? சொன்னவங்களை நிக்க வச்சு சுடறேங்கறார் டாக்டர் இருதயசாமி. மாது கையக் குடுங்க... (மாது கையைக் கொடுக்க...) Your wife குஷ்மா தேவி is perfectly alright. நீங்க வேணா அவளுக்கு முன்னாடி சுமங்கலியா போனாலும் போகலாமாம். ஆனா குஷ்மாதேவி சத்தியமா 100 வயசு உசிரோட இருப்பான்னுட்டார்...

மாது : என்ன மிலிடெரி கண்டேன் சீதையைன்னு விஷயத்தைச் சொல்றதை விட்டுட்டு பொய், Fraud, குஷ்மாதேவியே இல்லைனல்லாம் சொல்லி எனக்கு Heart attack வர வழைச்சுட்டீங்களே...

ரங்க : ஆமாம், குஷ்மாதேவிக்கு Heart valve சரியில்லேன்னு சொன்ன அந்த டாக்டர் யாரு?

மாது : அவரை விடுங்க... Plumberஆ இருந்துருக்க வேண்டியவர் டாக்டர் ஆயிட்டார்... Valve, washer குழாய்ல அடைப்புன்னுட்டார்... அப்ப குஷ்மாதேவி Ok... ஆமாம், எங்க குஷ்மாதேவியும் மைதிலியும்?

ரங்க : எல்லோரும் ஒண்ணாத்தான் கிளம்பினோம், அவங்க ரெண்டு பேரும் டாக்ஸில வராங்க..... நான் விஷயத்தை உங்ககிட்ட சொல்றத்துக்காக முன்னாடி வேகமா நடந்து வந்துட்டேன்...

மாது : டாக்ஸிக்கு முன்னாடி நடந்து வந்துட்டீங்களா? அது சரி... உங்க உசரத்துக்கு ரெண்டு அடி வைச்சா போதுமே...

(மைதிலி, குஷ்மாதேவி entry)

ரங்க : இப்பதான் பேசினோம்... வந்துட்டீங்க... குஷ்மா தேவிக்கு 100 ஆயுசு...

மாது : ஆளுக்காளு 100 ஆயுசுங்காதீங்க... குஷ்மாதேவி கிழவியாயிடப் போறா... (மைதிலியைப் பார்த்து...) என்ன மைதிலி, குஷ்மாதேவி perfectly alrightனு டாக்டர் சொல்லிட்டாராமே... அப்ப நீங்க பழைய படி டெல்லிக்குப் போயிடப் போறீங்களா...? (மைதிலி அழுதபடி வேகமாக... தன் portionக்கு ஓட)

மாது : என்ன மிலிடரி, உங்க sister அழுதுண்டே ஓடிட்டா... குஷ்மாதேவி குணமானது நல்ல News தானே?

ரங்க : அழாம எப்படி sir? குஷ்மாதேவி குணமானது நல்லதுதான்... But என் தங்கை நெனச்ச நல்லது நடக்காதே...

மாது : புரியலை...

ரங்க : ஒரு வேளை குஷ்மாதேவிக்கு ஏதான ஆச்சுன்னா தான் Love பண்ற உங்களையே கல்யாணம் பண்ணிக் கலாம்ங்கற ஆசைலதான் இங்க அவ தங்கினா... இப்ப உங்க வாழ்க்கைல மைதிலிக்கு No place. அந்த வருத்தத்துல பாவம் அழுதுண்டே ஓடிட்டா... பாவம் அவ கதை இலவு காத்த கிளி போல ஆயிடுச்சு... சமாதானப்படுத்திட்டு வரேன்...(exit)

மாது : இலவு காத்த கிளியா... அது என்ன கிளி...

சீனு : எனக்குத் தெரிஞ்ச கிளி பர்கிளி... மொதல்ல தம் அடிப்போம்... அப்பா... எல்லா problemமும் ஓவர்... டாக்டர் கண்டுபிடிச்சுடுவாரோன்னு பயந்து கினே இருந்தேன்...

மாது : சீனு கையக் குடுடா... இதான் நடிப்பு... பொம் பளைன்னு டாக்டர் cerfiticateடே வாங்கிட்டியே...

சீனு : டாக்டர் clinic போற வரைதான் எனக்கு பயமா இருந்துச்சு... பொம்பளைனு டாக்டர் கண்டுப்பா ரோன்னு... அங்க போனவுடனயே பயம் பூடுச்சு...

மாது : எப்படி...?

சீனு : Clinicல வந்துருந்த பாதி பொம்பளைங்க ஆம்பளை

கணக்காதான் இருந்துச்சு - நான் எவ்வளவோ Better... Machineல குந்தவச்சு Heart x-Ray எடுத்தார்... Okன்னுட்டார்... கவர்ச்சியா ஆம்பளை, பொம்பளைலாம் வெளிலதான்... உள்ள எல்லாமே எலும்பும் ரத்தமும் தான். பட்டினத்தாரும் X rayயும் ஒண்ணு வாத்யாரே... அப்ப என்ன, நான் போவலாம் இல்லையா...?

மாது : இருடா... மைதிலியும் மிலிடெரியும் டெல்லி போகட்டும்... Train ticket வாங்கி நாளைக்கோ நாளன்னைக்கோ ரெயில்ல ஏர்ற வரை நீ குஷ்மா தேவிதான்... (மிலிடெரி வந்து...)

ரங்க : மாது... ஒரு Good news.

மாது : என்ன இன்னி ராத்திரியே trainல wihoutல போயிடறீங்களா...

ரங்க : இன்னிக்கு இல்லை... என்னிக்குமே மைதிலி டெல்லி போகப் போறதில்லை.

மாது : மிலிடெரி, என்ன சொல்றீங்க...

ரங்க : மொதல்ல வருத்தத்துல அழுதா...அப்புறம் அவளே சமாதானமாயி, மாது இல்லேன்னு ஆயிடுத்து, அதுக்காக என் Lifeயே நான் ஏன் waste பண்ணணும்? பையன் யாராயிருந்தாலும் கல்யாணம் பண்ணிக்கிட்டு, மெட்ராஸ்லயே settle ஆயிடறேன்னுட்டா...

மாது : Good news இதானா...

ரங்க : அது இனிமேதான்... மைதிலிக்கு நான் பையனைப் பாத்துட்டேன்...

மாது : யாரு?

ரங்க : உங்க தங்கையோட அண்ணா ராமானுஜம்... மைதிலி கிட்ட சொன்னேன்... அவளுக்கும் பூரண சம்மதம். அவளுக்கு கலகலப்பான இந்த வீடு பிடிச்சிருக்கு... அவரைக் கல்யாணம் பண்ணிண்டா எப்பவும் இந்த வீட்டுலயே இருக்கலாம் இல்லியா...?

மாது : ராமானுஜமா...

ரங்க : ஆமாம்... அதுவும் தவிர ராமானுஜம் மைதிலிகிட்ட ரோஜாப்பூ தந்து, I love youன்னு சொன்னா ராமே... தம்பேர்ல ஆசை உள்ளவரை கல்யாணம் பண்ணிக்கறதுல பூரண சம்மதம்னுட்டா...

மாது : மிலிடெரி...

ரங்க : ஒண்ணும் பேசாதீங்க... வர வெள்ளிக் கிழமை நல்ல முகூர்த்த நாளா இருக்கு... மைதிலி, ராமானுஜம் கல்யாணத்துக்கு வேண்டிய ஏற்பாடையெல்லாம் பண்ணுங்க... (exit)

சீனு : வாத்யாரே... என்ன கம்முனு நிக்கற?

மாது : சீனு... இதுவும் ஒரு விதத்துல நல்லதுதான்...

சீனு : என்ன நல்லது... மைதிலி உன் மச்சானை கட்டிக்கினு இங்க தங்கிட்டா, அப்பால காலம் பூரா நான் குஷ்மாதேவியா நடிக்கணுமா...

மாது : தோ பார்... மைதிலி கல்யாணமாகாம இருக்கற வரைதான் எனக்கு problem... டெல்லி விஷயத்தை ஜானகிகிட்ட சொல்லிடுவாளோன்னு பயந்து சாவணும்... அவளுக்கு கல்யாணமாயிடுச்சுன்னா, இன்னொருத்தன் பொண்டாட்டி... அவளுக்குன்னு ஒரு Life அமைஞ்சுடும். எல்லாத்தையும் செ ால்லி கால்ல விழுந்து கெஞ்சி சமாளிச்சுடலாம். கன்னிப்பெண் மைதிலின்னாதான் problem... அவளே சுமங்கலிப் பெண் மைதிலியாயிட்டா சமாளிச்சுக்கலாம்...

சீனு : Ok. But உன் மச்சான் குஷ்மாதேவி, குஷ்மாதேவின்னு என் பின்னாலனா சுத்தறான்? மைதிலிய கட்டிக்க அவன் ஒத்துப்பானா...

மாது : அது ஒரு problem இருக்கா?

(ராமானுஜம் entry)

ராமா : குஷ்மாதேவி... எப்ப வந்தே? மாப்பிள்ளை, டாக்டர் என்ன சொன்னார்?

மாது : குஷ்மாதேவி ஓகேன்னுட்டார்...

ராமா : ஓகேன்னாரா டாக்டர்... குஷ்மாதேவி, எனக்கு துரோகம் பண்ணறியே இப்படி...

மாது : ச்சீ மச்சான்... உடம்பு Okன்னுட்டார்...

ராமா : அப்பா பிள்ளையார் பிதாஜி... என்னை கை விடலை... சோபாலால் இப்ப சொல்லு... எப்ப என் கல்யாணம்...

மாது : என்னைக் கேளுங்க. வர வெள்ளிக் கிழமை உங்க கல்யாணம்...

ராமா : நெஜமாவா...

மாது : மச்சான், கடைசியா கேக்கறேன்... குஷ்மாதேவி வேண்டாமே...

ராமா : No...மணந்தால் குஷ்மாதேவி... இல்லையேல் மரணதேவி... நான் கோவிலுக்கு போயிட்டு வரேன், பகவான்கா பிரார்த்தனா பலிச்சுடுச்சு...
(exit)

மாது : கேணப்பய மச்சான்...

சீனு : என்ன வாத்யாரே, உன் மச்சானை வெள்ளிக் கிழமை எப்படி சமாளிக்கப்போற?

மாது : வெள்ளிக்கிழமை மச்சானை பொறுத்த வரை... கல்யாணம் அவனுக்கும் குஷ்மாதேவிக்கும்... ஆனா மச்சான் தாலி கட்டப்போறது மைதிலி கழுத்துல...

சீனு : எப்படி...

மாது : கல்யாணம் நடக்கப்போறது குஜராத்தி style... மாப்பிள்ளை பொண்ணு ரெண்டுபேரும் முகத்தை துணியால மறைச்சு பூவெல்லாம் தொங்க வுட்டுருப் பாங்க... பாத்துருப்பியே சேட்டு கல்யாணத்துல-மாப்பிள்ளை முகத்தை பூவால மறைச்சுண்டு குதிரைல போறத... தாலி கட்டற வரை பொண்ணு மாப்பிள்ளை ஒத்தரை ஒத்தர் முகத்தை பாத்துக்க முடியாது... குஷ்மாதேவினு சொல்லி முகத்தை மறைச்சு மைதிலியை அனுப்பிடப் போறேன்.

சீனு : கல்யாணத்துக்கப்புறம் தெரிஞ்சுடுமே...

மாது : தாலி ஏறட்டும்... அப்புறம் எது தெரிஞ்சா என்ன, தெரியாட்டி என்ன, மைதிலிக்கு கல்யாணமானா நான் தப்பிச்சேன்.

சீனு : மிலிடெரி ஒத்துக்கணுமே குஜராத்தி style கல்யாணத் துக்கு...

மாது : மாப்பிள்ளை ஆசைப்படறார்னு சொல்லிட்டாப் போறது.

(ரங்கநாதன் entry)

ரங்க : Sir, இன்னொரு Good news.

மாது : நீங்க Good newsனாலே எனக்கு வயத்தைக் கலக்குது...

ரங்க : Sir இந்தாங்க ரோஜாப்பூ...

மாது : என்ன... ரோஜாப்பூ...

ரங்க : நீங்க சொல்லித் தந்த Technique தான்...

மாது : புரியலை...

ரங்க : Sir, நானும் என் தங்கையும் சேர்ந்து இருக்க ஆசைப் படறோம். மைதிலிக்குக் கல்யாணமாயிட்டா இது புகுந்த வீடாயிடும்...

மாது : நீங்களும் பரவாயில்லை... மைதிலி கூட இங்க புகுந்துக்குங்க...

ரங்க : நீ மட்டும் ஏன் தனியா இருக்கணும், நீயும் கல்யாணம் பண்ணிக்கோங்கறா...

மாது : பண்ணிக்குங்களேன்... தாராளமா...

ரங்க : அதான் ரோஜா தந்தேன்...

மாது : மிலிடெரி...

ரங்க : சார் ! நான் உங்க அண்ணாவோட தங்கை ஜானகியை விரும்பறேன்... அவளையே எனக்கு வர்ற வெள்ளிக் கிழமை கட்டி வச்சுடுங்க...

மாது : Sir...

ரங்க : ஒரே மேடைல நான், மைதிலி, ராமானுஜம், ஜானகி

ரெண்டு அண்ணா தங்கைகளுக்கும், கல்யாணம் பண்ண ஏற்பாடு பண்ணிடுங்க...

மாது : மிலிடெரி...

ரங்க : அப்புறம் மைதிலி சொல்லச் சொன்னா... நாங்க இருந்தது டெல்லில. So, ரெண்டு கல்யாணத்தையும் குஜராத்தி styleல நடத்தச் சொல்லிட்டா... Okயா... என்ன? மௌனம் சம்மதமா... Sir இந்த ரோஜாவை என் சார்பா உங்க அண்ணாவோட தங்கை ஜானகி கிட்ட குடுத்துருங்க...

சீனு : வாத்யாரே, என்ன பேசாமகீறே... அவர் சொன்ன மாதிரி மௌனம் சம்மதமா...

மாது : முண்டம்...யோசிச்சிண்டு இருந்தா கூட, மௌன மாத்தான் இருக்கணும்... சீனு, மச்சான் மைதிலி கல்யாணம் நடக்கப்போறது குஜராத்தி styleல... அதே மாதிரி மிலிடெரி ஜானகி கல்யாணம் நடக்கப் போறதில்லை... அதே குஜரத்தி styleல...

சீனு : எப்படி...

மாது : பாரேன்... வெள்ளித்திரையில் காண்க மாதிரி... வெள்ளிக்கிழமை காண்க...

(திரை)

காட்சி 9

இடம்: கல்யாண சத்திரம்

(இரண்டு மணமேடைகள்; ஒரு மூலையில் தலையில் புடவைத் தலைப்பை இந்திரா காந்தி Poseல் போட்டபடி திரும்பி நிற்கும் மைதிலியை அங்கு வந்த மாது, சீனு என்று நினைத்து)

மாது : (வெகு ரகசியமாக) சீனு, சீனு, சீனு, சீனு...

மைதிலி : (திரும்பி) மாது, நான் மைதிலி...

மாது : மைதிலியா...

மைதிலி : என்னது என்னப்போய் சீனு சீனுன்னு கூப்பிடறீங்க?

மாது : ம்ம்... உங்களை சீனுன்னு கூப்பிடலை... சீனு கல்யாணத்துக்கு வரேன்னுருக்கான், அதான் உங்ககிட்ட சீனு... சீனு... வந்தாச்சான்னு ரகசியமா கேக்க வந்தேன். அதுக்குள்ள நல்லவேளையா நீங்க திரும்பிட்டீங்க...

மைதிலி : சீனு கல்யாணத்துக்கு ஏன் ரகசியமா வரணும்...

மாது : சீனு ஆபீசுக்கு 15 நாளா லீவு. மானேஜரும் கல்யாணத்துக்கு வரேன்னுருக்கார்... மானேஜர் சீனுவைப் பார்த்தா ஏண்டா லீவுனு திட்டுவார். அதான் சீனு ரகசியமா வந்துட்டுப் போறேன் னுருக்கான்.

மைதிலி : ஆமாம், எங்க உங்க wife குஷ்மா?

மாது : மைதிலி... நீங்க இங்க வந்ததே தப்பு... குஜராத்தி முறைப்படி பொண்ணு தாலி கட்டற போதுதான் மணமேடைக்கே வரணும்... அதுவரை துணியை தொங்கப் போட்டுண்டு அந்த ரூம்ல போய் யார் கண்ணுலயும் படாம மறைவா இருங்க, போங்க...

மைதிலி : நான் டெல்லில எவ்வளவோ குஜராத்தி கல்யாணம் attend பண்ணியிருக்கேன்... இந்த மாதிரிலாம் பார்த்ததேயில்லை... குஜராத்தி styleனு நீங்க புதுசு புதுசா என்னல்லாமோ செய்றீங்க...

மாது : டெல்லி குஜராத்திக்கும், மெட்ராஸ் குஜராத்திக்கும் கல்யாணத்துல ஏகப்பட்ட வித்யாசம் உண்டுங்க. ஐயங்கார்ல வடகலை தென்கலை மாதிரி, குஜராத் திலேயும் வடகலை தென்கலை உண்டு. டெல்லி North India. So அங்க வடகலை குஜராத்திங்க. இங்க Madras - South - எல்லாமே தென்கலை குஜராத்திங்க... So, நாம் follow பண்ணப் போறது தென்கலை குஜராத்தி சம்பிரதாயம்...

மைதிலி : பேத்தலா இருக்கு-

மாது : கல்யாணமே பேத்தல்தான். பண்ணிக்கறோமே... அதைவிட பேத்தல் குழந்தை குட்டியைப்

பெத்துண்டு வேற அல்லாடறோமே... நீங்க போங்க...

மைதிலி : ஆமாம். எங்க உங்க wife குஷ்மாதேவி?

மாது : மாப்பிள்ளைங்க ரெண்டு பேரும் குதிரைமேல வந்துண்டிருக்காங்க... குஷ்மாதேவி ஊர்வலத்தோட நடந்து வரா...

மைதிலி : சரி... அப்ப எங்க என்னோட அண்ணா கல்யாணம் பண்ணிக்கப் போற, உங்க அண்ணாவோட தங்கை...?

மாது : ஜானகின்னு சொல்லுங்களேன்... கடைசி வரை இந்த குழப்பம் தொடரணுமா... அதோ... ஜானகி வந்துட்டாளே... வாம்மா ஜானகி...

(சீனு பொம்பளை வேஷத்தில் குஜராத்தி பாணியில் வருகிறான்) பாத்தீங்களா... இதான் தென்கலை குஜராத்தி...

மைதிலி : என்ன ஜானகி கொஞ்சம் உசரமா இருக்கற மாதிரி இருக்கு...

மாது : கல்யாணம் ஆகப்போற சந்தோஷத்துல உசந்துட்டா போலருக்கு... நீங்க போய் யார் கண்ணுலயும் படாம மறவா நில்லுங்க... முகூர்த்தம் போது கூப்பிடறேன்... (மைதிலி exit)... ஏய் சீனு... நீ ஏண்டா அங்கயும் இங்கயும் அலைஞ்சுண்டுருக்க... உள்ள ரூம்ல மறைவா இருக்கச் சொன்னேன், இல்லையா...(முகமூடியை மாது தூக்க,சிகரெட்டுடன்) என்னடா சிகரெட்!

சீனு : வாத்யாரே, இந்த dress திருட்டு தம் அடிக்க ரொம்ப வசதியா இருக்கு...

மாது : சீ... கீழ போடு... தோ பார். நல்லா ஞாபகம் வச்சுக்கோ... நீ இப்ப ஜானகி, குஷ்மாதேவி இல்லை... ஜானகினு கூப்பிட்டாத்தான் திரும்பிப் பாக்கணும்.....

சீனு : ஆமாம். எங்க உன் மச்சான் ராமானுஜமும் மிலிடெரியும்...

மாது : மாப்பிள்ளைங்க ரெண்டு பேரும் குதிரைமேல ஊர்வலமா வந்துகிட்டு இருக்காங்க...

சீனு : உன் மச்சான் குதிரைமேல வர ஒத்துக்கினானா...?

மாது : நீ வேற குஷ்மாதேவிக்காக அவன் கழுதைமேல கூட ஊர்வலம் வரத் தயாரா இருக்கான்...

சீனு : வாத்யாரே... யார் அது... (மணமேடையில் உட்கார்ந்து இருக்கும் பைஜாமா ஜிப்பா சாஸ்திரிகளைப் பார்த்துக் கேட்க)

மாது : சாஸ்திரிகள்...

சீனு : சாஸ்திரிகளா... பைஜாமா, ஜிப்பாலாம் போட்டுண்டு, பீடா கடைக்காரன் மாதிரி இருக்கார்.

மாது : குஜராத்தி சாஸ்திரிகளா இருக்கும்... நம்ம மானேஜர் தான் அனுப்பி வச்சுருக்கார்...

சீனு : மானேஜர் வந்துட்டாரா...

மாது : மாப்பிள்ளை ஊர்வலத்தோட வந்துண்டுருக்கார்...

சீனு : வாத்யாரே... ஒரு டவுட்டு... என்னை ஜானகிங்கற... சரி... அப்ப மிலிடெரி என் கழுத்துலயா தாலி கட்டப் போறான்...

சாஸ்திரி : தமிழ்லயே பேசுங்க சார்...

மாது : தமிழ் தெரியுமா...?!

சாஸ்திரி : எனக்கு மெட்ராஸ் பாஷையும் சேர்த்து 32 language தெரியும்; நீங்கதான் மாதுவா?

மாது : ஆமாம்.

சாஸ்திரி : எம்பேர் ஜனகனமன சாஸ்திரிகள்...

மாது : ஜனகனமன சாஸ்திரிகளா...

சாஸ்திரி : ஆமாம்... ஜனகனமனல வர்ற பஞ்சாப், சிந்து, குஜராத்தி, மராட்டி, திராவிட உத்கல இப்படி எந்த type கல்யாணமும் பண்ணி வைப்பேன்; அதான் ஜனகனமன சாஸ்திரிகள்...

மாது : தாலிய அப்ப attentionல நின்னுண்டுதான்

கட்டணுமா... இது யாரு...?

சாஸ்திரி : இது எம் பையன்...

மாது : பேர் என்ன - வந்தே மாதரமா?

சாஸ்திரி : நான் தமிழன்தான் சார்... பொழப்புக்காக எல்லா கல்யாணமும் பண்ணறேன்... அவனவன் Love பண்ணறச்சே ஜாதிமதமெல்லாம் பாக்காம, குஜராத்தி, மராட்டி, பெங்காலினு Love பண்ணிட றான்... ஆனா... கல்யாணத்துல மட்டும் எங்க குஜராத்தி சம்பிரதாயம், எங்க பெங்காலி சம்பிரதாயம்னு வாய்கிழியப் பேசறாங்க...

மாது : ஜனகனமன சாஸ்திரிகள்...மொதல்ல என் மச்சான் கல்யாணம் நடக்கணும்...

சாஸ்திரி : சொல்லிட்டேள் இல்லையா... ஜமாய்ச்சுடறேன்.

(சீனு முகத்திரை அப்போது திறந்திருக்கிறது)

மாது : என் தங்கை ஜானகி...

சாஸ்திரி : பொண்ணு லட்சணமா இருக்கா... இந்த மாதிரி லட்சணமா பொண்ணுங்களைப் பாக்கறதே அபூர்வமா போயிடுத்து... ஆமாம், இன்னொரு பொண்ணு...

மாது : குஷ்மாதேவி...

சாஸ்திரி : குஜராத்தியா... அவங்க...

மாது : கூப்பிடறேன்... மைதிலி... மைதிலி...

(மைதிலி வர...)

சாஸ்திரி : தோ... பாரும்மா... ரெண்டு பேரும் போய் தலைக்கு எண்ணெய் தேச்சுக் குளிங்க...

சீனு : தலைக்கா... வாத்யாரே. விக்...

சாஸ்திரி : அது... குஜராத்தி சம்பிரதாயப் பிரகாரம் தாலி கட்டறதுக்கு முன்னாடி பொண்ணு தலைக்கு எண்ணெய் தேய்ச்சு குளிக்கணும் (மைதிலியை பார்த்து...) அவளுக்குத் தெரிஞ்சுருக்குமே... குஷ்மாதேவி குஜராத்தி தானே...

மாது : ஜனகனமன please... குஷ்மாதேவினு பேரெல்லாம் சொல்லாதீங்க... பொண்ணு மாப்பிள்ளைன்னு சொன்னா போதும்...

மைதிலி : என்ன? சாஸ்திரிகள் என்ன சொல்றார்?

சாஸ்திரி : அப்ப உங்களுக்கு தமிழ் தெரியுமா...?

மைதிலி : தமிழ், ஹிந்தி ரெண்டும் தெரியும்...

சாஸ்திரி : நல்லதா போச்சு... நீங்க இவளையும் அழைச்சிண்டு போய்... ரெண்டு பேரும் தலைக்கு எண்ணெய் தேய்ச்சுக் குளிச்சிடுங்க... அதான் சாஸ்திரம்...

மைதிலி : வாம்மா... ஜானகி...

சீனு : வாத்யாரே... குளிச்சா விக் நாஸ்தியாயிடும்.

மாது : adjust பண்ணு... போ...

(இருவரும் போகிறார்கள்)

Band Music...

சாஸ்திரி : ஊர்வலம் வந்தாச்சு. நான் ரெடியாறேன்-...

(மானேஜர், ராமானுஜம், மிலிடெரி entry)

மாது : என்ன மச்சான், தலைல Helmet...

மானே : குதிரை மேல ஊர்வலம்னுட்டாங்க... சார் பயந் தார்... கீழ விழுந்து வச்சு அடிபட்டதுன்னா... அதான் டர்பனுக்கு பதிலா Helmet போட்டுக்கச் சொன்னேன்.

ராமா : எப்படி மாப்பிள்ளை... Helmet...

சாஸ்திரி : இவர்தானே மாப்பிள்ளை... உங்களைப் போய் மாப்பிள்ளைங்கறார்...

மானே : இது வேற மாப்பிள்ளை, மச்சான், உங்க தேசியகீதம் மந்திரத்தை ஆரம்பிங்க...

மாது : எப்படி குதிரை சவாரி?

மானே : அத ஏன் கேக்கறீங்க? தனியா குதிரைல வர சார் பயப்பட்டார். அதனால...

மாது : அதனால...

மானே : மிலிடெரியோட அவர் குதிரைல டபுள்ஸ்ல வந்துட்டார், பின்னாடி உக்காண்டு; அது ஜட்கா வண்டி குதிரை போலருக்கு - பின்பாரம் தாங்காம, முன்பக்கக் காலை தூக்கிக்கறது... அதான் helmet போட்டுக்கச் சொன்னேன்...

ராமா : குஷ்மாதேவி வந்தாச்சா...

மிலி : யோவ், இன்னும் என்ன குஷ்மாதேவி?

மாது : மச்சான், நீங்க போய் மேடைல உக்காருங்க. (ராமானு ஜம் போய் அமர...) அது மிலிடரி தன்னோட Ex-lover குஷ்மாதேவிகிட்ட ஆசீர்வாதம் வாங்கிக்க ஆசைப்படறார். அதான் குஷ்மாதேவி வந்தாச் சான்னு கேக்கறார்?

ராமா : மாப்பிள்ளை, எனக்கு குஷ்மாதேவி! மிலிடெரிக்கு?

மாது : ஜானகி...

ராமா : ஜானகியா!

மாது : ஜானகி பாய். மராத்திப் பொண்ணு...

மிலி : மாது... ஜானகி எங்க, டிரஸ் பண்ணி அழைச்சி கிட்டு வாங்க...

மாது : ஜானகி பாய்...

ராமா : அலையறான்யா.

மாது : அப்புறம் மிலிடெரி, இந்த தென்கலை குஜராத்தி சம்பிரதாயப்படி, மொதல்ல மச்சான், மைதிலி கல்யாணம் தான் நடக்கணுமாம்... சாஸ்திரிகள் சொல்றார்...

மானே : No, No..., ரெண்டு கல்யாணமும் ஒரே நேரத்துல நடக்கணும்... என்ன மிலிடெரி...?

மிலி : ஆமாம்.

மாது : சும்மா இருங்க, உங்க இஷ்டத்துக்கு நடக்க இது என்ன officeஆ! ஜனகனமன... இங்க வாங்கோ... சொல்லுங்கோ. தென்கலை குஜராத்தி typeஐ பத்தி... தக்ஷிணை ரூ300 ப்ளஸ் பக்ஷிணை ரூ200... சொல்லுங்கோ...

சாஸ்திரி : அங்க ராமானுஜம் கல்யாணம் பண்ணிக்கப் போறது உங்க தங்கையா? அக்காவா...?

மிலி : தங்கை... ஏன்?

மாது : சொல்லுங்க... வறார் சம்பிரதாயத்துக்கு...

சாஸ்திரி : அப்ப...(புஸ்தகத்தைப் பார்த்து...)

மாது : புக்கே இருக்கு. நாம இஷ்டத்துக்கு மாத்த முடியாது. சொல்லுங்கோ...

சாஸ்திரி : குஜராத்தி சம்பிரதாயப்படி, அண்ணா கல்யாணம் தான் மொதல்ல நடக்கணும்...

மாது : சாஸ்திரிகளே... என்னது ஆரம்பத்துலேயே ஜனகன மன பாடறீங்க...

சாஸ்திரி : நான் சொல்லலை. சாஸ்திரம் சொல்றது... அப்ப உங்க இஷ்டம்...

மாது : அப்படிப் பாத்தா. இவர் கட்டிக்கப்போறது அவரோட தங்கையை... அப்ப அந்த அண்ணா கல்யாணம் மொதல்ல நடக்க வேண்டாமா...?

மானே : வேண்டாம். ஏன்னா அவர் கேக்கலையே... Wait பண்ணறேங்கறார்... இவர்தானே மொதல்ல கேட்டார். என்ன ராமானுஜம், நீங்க Wait பண்ணுவீங்க இல்லை?

ராமா : 47 வயசுவரை wait பண்ணியாச்சு, ஒரு 10 நிமிஷம் wait பண்ணமாட்டேனா...

மானே : மிலிடெரி, நீங்க போய் மேடைல உக்காருங்க... மாது, ஜானகியை கூப்பிடுப்பா. முகூர்த்த நேரம் நெருங்கிண்டுருக்கு...

மாது : படுத்தறீங்க sir... ஜானகி, ஜானகி... (ராமானுஜம் பார்க்க...) ஜானகி பாய்... (சீனு வர...) மொதல்ல உங்களுக்கு... அப்புறம்தான் மச்சானுக்காம்... மானேஜர் பய குழப்பறான்...

சீனு : எனக்கு தாலி கட்டுவானே வாத்யார்...?

மாது : பரவாயில்லை வுடு... மைனர் Chainனு நெனச்சுக்கோ. Next மச்சான் கல்யாணம் நடக்கும்...

அப்பறம் எல்லாம் சொல்லிக்கலாம்... போம்மா... (சீனு தலையை ஆதரவாகத் தடவ) எங்கடா விக்...

சீனு : தலைல தண்ணிய கொட்டிட்டாங்க. 'விக்' சொத சொதன்னு ஆயிடுச்சு... காய வச்சு போட்டுக்க ½ நாள் ஆவும். அதான் 'விக்' இல்லாம வந்திட்டேன்...

மாது : பாத்து தலைல போட்ட புடவை தலைப்பு நழுவிடப் போவுது... போம்மா... போ...

சாஸ்திரி : இரும்மா... மாப்பிள்ளை வாங்கோ... (மிலிடெரி வர)

மாது : என்ன?

சாஸ்தி : குஜராத்தி சம்பிரதாயப்படி மாப்பிள்ளையோட இடுப்பு வஸ்த்ரத்தையும், பெண்ணோட புடவை தலைப்பையும் முடிச்சு போட்டு ரெண்டு பேரும் அக்னியை வலம் வரணும்...

மாது : சாஸ்திரிகளே, அதல்லாம் வாணாம்-

மானே : என்ன வாணாம்? அவர் சாஸ்திரிகளா... நீ சாஸ்திரிகளா... நீ வாம்மா...

சீனு : நஹி...

மிலி : நீ ஏன் ஜானகி நஹீங்கறே. வா...

மானே : நீ வா... புடிய்யா.

(மிலிடெரி தலைப்பைப் புடிக்க நழுவுகிறது. சீனு க்ராப் தெரிகிறது)

மானே : what...? சீனுவா?

சீனு : Good Morning... Sir...

மிலி : என்னது இது, உங்க தங்கைன்னு சொன்னீங்க. சீனு இருக்கான் இங்க. அப்ப சீனுதான்...

மாது : ஆமாம். சீனுதான்...

மிலி : சீனுதான் ஜானகியா...? சீனுக்கு உங்க தங்கை ஜானகி வேஷம் போட்டு, என்னை ஏமாத்தப் பாத்தீங்களா...?

ராமா : மாப்பிள்ளை... என்ன ஜானகிய தங்கைங்கறார்?

மிலி : யோவ்... நான் கல்யாணம் பண்ணிக்கப் போறது

உங்க ரெண்டு பேரோட தங்கை ஜானகியை...

ராமா : ஜானகிபாய்னு சொன்னீங்களே... நம்ம ஜானகிக்கா கல்யாணம்-வெரிகுட்... அப்ப எனக்கும் ஜானகிக்கும் ஒரே மேடைல கல்யாணமா... அப்ப எங்க ஜானகி?

மாது : என்ன மச்சான்? Same Sideல Goal போடற...

மிலி : தோ... பாருங்க... எனக்கும் உங்க அண்ணாவோட தங்கை ஜானகிக்கும் கல்யாணம் நடக்கணும்... அப்பதான் உங்க தங்கையோட அண்ணா ராமானுஜத்துக்கும் என் தங்கை மைதிலிக்கும் கல்யாணம் நடக்கும்... போதுமா...?

ராமா : What? எனக்கும் மைதிலிக்குமா? என்னய்யா உளர்றே! நான் கட்டிக்கப் போறது குஷ்மாதேவிய...

மிலி : யோவ்! ருஷ்மாதேவிய நீ எப்படிய்யா கல்யாணம் பண்ணிப்பே...?

ராமா : வழக்கம் போல தாலி கட்டித்தான்...

மிலி : லூசு... குஷ்மாதேவி மாதுவோட Wife...

ராமா : மாப்பிள்ளை, குஷ்மாதேவியை நீங்க கல்யாணம் பண்ணிண்டுட்டீங்களா? சொல்லவேயில்லையே... தங்கையோட பொறந்த அண்ணனுக்கே துரோகம் பண்ணிட்டீங்களே... ஓ! அதான் என்கிட்ட அவளை மறந்துடு, மறந்துடுன்னீங்களா...!

மாது : சீனு என்னடா, மச்சானும் கூடப் பொறந்த தங்கை யோட அண்ணாங்கறான்...?

சீனு : தலையப் பிச்சுக்கறதுக்கு விக்கு கூட இல்லை.

ராமா : எங்க அந்த குஷ்மாதேவி... அவளையே கேட்டுட றேன்... பாவி, ஏண்டி இப்படி ஒரு அப்பாவியை ஆசைகாட்டி, மோசம் பண்ணேன்னு. டேய்! சீனு! நீயான சொல்லுடா எங்கடா குஷ்மாதேவி...

மானே : யோவ் குஷ்மாதேவி எங்கன்னு சீனுவை கேட்டா எப்படி, மாதுவை கேளுய்யா. அவன் பொண்டாட்டியை எங்க ஒளிச்சு வச்சுருக்கான்னு...

மாது : குஷ்மாதேவியும் என்னை விட்டு ஓடிப் போயிட்டா... ரொம்ப மோசமான பொண்ணு.

மானே : குஷ்மா தேவி ஓடிட்டாளா?!...

மைதிலி : (வந்து) இப்ப குஷ்மாதேவியா முக்யம்? நிறுத்துங்க. Stop it... (ராமானுஜத்திடம்) குஷ்மாதேவி கல்யாணம் ஆனவ - கல்யாணம் ஆனவளைப் பத்தி கல்யாணம் பண்ணிக்கப் போற நாம ஏன் பேசி டயத்தை waste பண்ணணும்? Mr. ராமானுஜம், உங்களுக்கு இஷ்டமிருந்தா என் கழுத்துல தாலி கட்டலாம். இல்லையா... பேச ாம வாயப்பொத்திண்டு அப்படி ஓரமா நில்லுங்க. உங்களால் எங்கண்ணன் கல் யாணம் நிக்க வேணாம். Mr. மாது, குஷ்மாதேவி தான் ஓடிட்டா... ஜானகி எங்க...?

மிலி : யோவ், எங்கய்யா? தங்கையை கல்யாணம் பண்ணி வைக்கறேன்னு சொன்னியேன்னு, குதிரை மேல ஊர்பாக்க ஊர்வலம் வந்தேனே! நான் என்ன உன் ராமானுஜம் மாதிரி பைத்தியக்காரனா... எங்கய்யா ஜானகி?

மாது : சார், ஜானகி உங்களைக் கல்யாணம் பண்ணிக்க மாட்டேன்னுட்டா...

மிலி : ஏன்?

மாது : உன்னை இல்லை, யாரையுமே கல்யாணம் பண்ணிக்க மாட்டேன்னுட்டா...

மிலி : அதான் ஏன்...?

மாது : அது... ஆ! ஜானகிக்கு கல்யாணம் தட்டிப் போனதுல, கல்யாணத்துலயே interest போயிடுத்தாம். அதான்...

மானே : மாது, ஏன் பொய் சொல்ற? உண்மையை சொல்லி டுப்பா. விட்டுடு. வாணாம்.

மாது : இதான் Sir உண்மை. ஜானகிக்கு கல்யாணத்துலயே இஷ்டமில்லை...

மானே : பாவம்! மாதுவால் உண்மையைச் சொல்ல முடியாது, மிலிடெரி... நான் சொல்லிடறேன், ஜானகியால மாது சொன்ன பிரகாரம் உன்னை இல்லை, யாரையுமே கல்யாணம் பண்ணிக்க

மாட்டா... ஏன்னா. she is in love வித் எ சர்தார்ஜி...

மாது : Sir...

மானே : நீ வெக்கப்படறே, தங்கையைப் பத்திச் சொல்ல... நான் சொல்லிடறேன்; ஜானகி ஒரு மெக்கானிக் shop வச்சுருக்கற local சர்தார்ஜிய love பண்ணறா!

மாது : சார், யாரோ சொல்லிக்கொடுத்து நீங்க பொய் சொல்றீங்க...

மானே : அட! நீ ஒண்ணு. எனக்கு இதைச் சொன்னதே உன் தங்கை ஜானகிதான்... சர்தார்ஜி பையன் பேர் சைபால் சிங்.

மாது : சைபால் சிங்கா, சார்! நம்பாதீங்க. சைபால் சிங்குனு பேரே பொய்யா இருக்கு!

மானே : ஏன், பர்னாலா சிங்குன்னு கவர்னரே இருந்தாரே! பர்னாலா சிங் இருக்கச்சே, சைபால் சிங்னு இருக்கக் கூடாதா...

மாது : நம்பாதீங்க. பொய் சொல்றார்.

மானே : Ok . நான் சொன்னா பொய்... ஜானகியோட Lover அந்த மெக்கானிக்கையே விட்டு சொல்லச் சொல் லிட்டா போறது... சைபால் சிங் இதர் ஆவோ.

(சைபால் சிங் வருகிறான்)

மானே : இதான் ஜானகியோட Lover. குடுய்யா... (வாங்கி) பாருங்க, ஜானகியும் இவனும் எடுத்துண்ட Photos.. ஜானகி இவருக்கு எழுதின Love Letters...

மாது : No, ஜானகி என் தங்கை, அப்படிப்பட்டவ இல்லை. அவ, இந்த சர்தார்ஜியை Love பண்ணறான்னு இவர் சொல்றது பொய்... என் தங்கை பேரை அனாவசியமா கெடுக்கப் பாக்கறார்...

மானே : Letter, Photo, Love பண்ணற பையன் எல்லாம் காட்டியாச்சு. அப்படியும் நம்பலே. சரி, ஜானகி இவனை Love பண்ணறான்னு சொன்னா நம்புவியா?

மாது : சொல்லமாட்டா... என் எதிர்ல சொல்லமாட்டா...

மானே : இரு, ஜானகியைக் கூப்பிடறேன்... ஜானகி வந்து சொல்லுமா... உங்கண்ணன் கிட்டே.

(சர்தார் வேஷத்தைக் கலைக்க...)

மாது : ஜானகி, நீயா? நீ எதுக்கு இப்படி...

ஜானகி : ஆம்பளைக்கு பொம்பளை வேஷம் போட்டு, நீங்க ஏமாத்தலாம்... பொம்பளை நான் ஆம்பளை வேஷம் போட்டு உங்களை ஏமாத்தக் கூடாதா... சே! இவ்வளவு பேர் கேக்கறாங்க... ஏன் ஜானகி இவரைக் கல்யாணம் பண்ணிக்கக் கூடாதுன்னு...? அடப் பாவிங்களா... அவ என் பொண்டாட்டிடான்னு சொல்ல மாட்டேங்கறீங்களே... இவ்வளவு ஆனப் புறமும் உங்களுக்கு என்ன ஒரு நெஞ்சழுத்தம்? ஆளுக்காளு தங்கைங்கறாங்க... நீங்க அதைத்தான் சமாளிச்சுண்டிருக்கேளே தவிர, நான் உங்க wifeங்க றதை சொல்லலை... (அழுகிறாள்)

மாது : ஜானகி, ஸாரி ஜானகி. அது... ஏன் சொல்ல லேன்னா...

ஜானகி : ஒண்ணும் சொல்லவேணாம். எனக்கு எல்லாம் தெரியும்...

மாது : எல்லாம் தெரியுமா...

மானே : எல்லார்க்கும் எல்லாம் தெரியும்...

ராமா : மாப்பிள்ளை, குஷ்மாதேவி ஆம்பளையாமே...

மாது : மச்சான்...

ராமா : குதிரைல டபுள்ஸ் வரச்சே மிலிடெரி சொன்னார், மானேஜர் சொன்னார்னு. இதைப் பத்திதான் நாங்க பேசிண்டு வந்தோம்...

மாது : அப்ப... நீங்க மைதிலியை...

ராமா : இந்த வயசுல 10,000 ரூபாய் சம்பாதிக்கற ஆடிட்டர் wife கிடைக்க, குடுத்து வச்சுருக்கணுமே...

மானே : மாது, இன்னிக்கு காலைல குஷ்மாதேவி என் வீட்டுக்கு வந்தா...

மாது : நீ ஏண்டா அங்க போன...

மானே : இவன் இல்லைப்பா. original குஷ்மாதேவி... சீனுவோட lover... சீனுவை 45 நாளா காணும்னு... பேர் என்னன்னு கேட்டேன்? குஷ்மாதேவின்னா

அப்பவே, எனக்கு டவுட்டு. சத்தரத்துக்கு வந்து பாத்தா, இந்த குஷ்மாதேவி போன எடத்துலலாம் 'பர்கிளி' சிகரெட் துண்டு... உங்க வீட்டுக்குப் போய் பாத்தா, ஜானகி தனியா இருந்தா... கல்யாணத்துக்கு போகலையான்னு கேட்டா... என்னை அவர் வர வேண்டாம்னு சொல்லிட்டார்... கனெக்ட் பண்ணிப் பாத்ததுல புரிஞ்சது...

மாது : தெரிஞ்சுடுத்து இல்லை, எல்லார்க்கும். அப்புறம் எதுக்கு இந்த ரகளை...

மானே : உன் வாய்லேந்து உண்மையை வரவழைக் கணும்ங்கறதுக்குத்தான்... ஆனா, நீ ஜெயிச்சுட் டப்பா... இன்னும் உன் வாயால சீனுதான் குஷ்மாதேவின்னு சொல்லலை... இவ்வளவு கஷ்டத்துலயும், குஷ்மாதேவி எங்கன்னா ஓடிப் போய்ட்டாங்கற... ஜானகிக்கு கல்யாணத்துல இஷ்டமில்லேங்கற... அரிச்சந்த்ரன் வாய்லேந்து ஒரு பொய்யை வரவழைக்க விஸ்வாமித்திரர் நாயா அலைஞ்சாராம்... அது மாதிரி உன் வாய்லேர்ந்து ஒரு உண்மையை வரவழைக்க, நாயா அலைஞ்ச நான்... நவீன விஸ்வாமித்ரர்...

மாது : சாரி, ஜானகி... இனிமே நான், தலைல அடிச்சு சத்யம் பண்றேன்... பொய்யே சொல்ல மாட்டேன்... போதுமா?

மானே : எல்லாம் இவனாலதான். (சீனுவிடம்) ஏண்டா, அவன்தான் பொம்பளையா நடிக்கச் சொன்னா உன் புத்தி எங்கடா போச்சு? பொம்பளையாவா நடிக்கற? இப்ப சொல்றேன், உன்னை peon வேலை லேர்ந்து terminate பண்ணறேன்...

சீனு : Sir...

மானே : வேலை கிடைக்காம, திண்டாடினாத்தான் புத்தி வரும்... No, உன் வேலை போனது, போனதுதான்... கண்முன்னாடி நிக்காத... Get lost...

(சீனு மயக்கம் போட்டு விழ, மாது தாங்கிக் கொள்ள)

மாது : Sir...

மானே : அய்யய்யோ... மயக்கம் போட்டுட்டானா? நான் இவனுக்கு உறைக்கணுமேங்கறத்துக்காக கொஞ்சம் கோபமா பேசினா-பய சீரியஸா எடுத்துண்டு, மயக்கம் போட்டுட்டானே?

மாது : தண்ணி இருந்தா கொடுங்களேன்... சீனு... சீனு... சார்... டாக்டர் யாராவது... கல்யாணத்துக்கு டாக்டர் யாரும் வரலையா...?

(ஒரு டாக்டர் வந்து சீனுவை Test பண்ணி விட்டு)

டாக்டர் : (மாதுவிடம்) Mr. மாது, congratulations, நீங்க அப்பாவாகப் போறீங்க...

மாது : டாக்டர்... இது பொம்பளை இல்லை... சீனு... என் friend... என்ன உளர்றீங்க? வெறும் மயக்கம்...

டாக்டர் : யோவ்... தெரியும்யா... இவனுக்குத் தண்ணி தெளிச்சு, சோடா கொடுத்தா, எழுந்திடுவான்... still, சொல்றேன்... நீங்க அப்பாவாகப் போறீங்க. உங்க wife ஜானகி 2,3 நாள் முன்னாடி clinic வந்துருந்தா... சொல்லலயாம்மா...

மாது : ஜானகி, நெஜமாவா?

ஜானகி : பின்ன பொய்யா? உங்க மாதிரி எனக்கு பொய் சொல்லத் தெரியாது... டாக்டர் wife check பண்ணினா... நாலு மாசம் ஆச்சாம்... Scan பண்ணிக்கூடப் பாத்தாச்சு...

மாது : Scan பண்ணிப் பாத்தாச்சா? குழந்தை ஆம்பளையா... பொம்பளையா...

ஜானகி : ரெண்டும்...

மாது : ரெண்டுமா...

ஜானகி : Twins - ரெட்டைக் குழந்தைங்க...

(திரை)

சுபம்

மங்களம்